जीवनाची 5
महान रहस्यं

बेस्ट सेलर पुस्तक 'विचार नियम'चे रचनाकार सरश्री यांची अन्य श्रेष्ठ पुस्तकं

आध्यात्मिक विकास साधण्यासाठी या पुस्तकांचा लाभ घ्यावा

- जीवनाची दोन टोकं – ध्यान आणि धन
- रामायण वनवास रहस्य
- संत ज्ञानेश्वर – समाधी रहस्य आणि जीवन चरित्र
- अंतर्मनाच्या शक्तीपलीकडील आत्मबळ
- ध्यान नियम – ध्यान करण्याचे सुलभ उपाय
- मृत्यू उपरांत जीवन – मृत्यू मोका की धोका
- क्षमेची जादू – क्षमेचं सामर्थ्य जाणा, सर्व दुःखांपासून मुक्त व्हा
- प्रेम नियम – प्लॅस्टिक प्रेमातून मुक्ती
- धर्मयोग – स्वभाव हाच धर्म

स्वविकासासाठी या पुस्तकांचा लाभ घ्यावा

- विचार नियम – आपल्या यशाचं रहस्य
- विकास नियम – आत्मसंतुष्टीचं रहस्य
- परिवारासाठी विचार नियम – हॅपी फॅमिलीची सात सूत्रं
- आळसावर मात – उत्साही जीवनाची सुरुवात
- स्वसंवाद एक जादू – आपला रिमोट कंट्रोल कसा प्राप्त करावा
- आत्मविश्वास आणि आत्मबळ – यशाचं शिखर गाठणारे पंख
- साहसी जीवन कसं जगाल – अशक्य कार्य शक्य कसं कराल
- समग्र लोकव्यवहार – मैत्री आणि नातं निभावण्याची कला
- अपयशावर मात – क्षमताप्राप्तीचं रहस्य
- कसा कराल स्वतःचा विकास आणि प्रशिक्षण – आत्मविकासाची सात पावलं

युवकांनी या पुस्तकांचा लाभ घ्यावा

- आजच्या युवा पिढीसाठी – विचार नियम फॉर युथ
- नींव नाइन्टी फॉर टीन्स् – बेस्ट कसे बनाल
- श्रीरामांकडून काय शिकाल – नवरामायण फॉर टीन्स

या पुस्तकाद्वारे प्रत्येक समस्येचं समाधान प्राप्त करा

- स्वाथ्यप्राप्तीसाठी विचार नियम – मन:शक्तीद्वारे निरामय आरोग्य मिळवा
- स्वीकाराची जादू – त्वरित आनंद कसा प्राप्त करावा
- भय, चिंता आणि क्रोध यांपासून – मुक्ती

या आध्यात्मिक कादंबऱ्यांद्वारे जीवनाचं गूढ रहस्य जाणा

- योग्य कर्मांद्वारे यशप्राप्ती – सन ऑफ बुद्धा
- शोध स्वतःचा – In Search of Peace
- पृथ्वी लक्ष्य – मृत्यूचं महासत्य
- दुःखात खुश राहण्याची कला – संवाद गीता

बेस्टसेलर पुस्तक
'विचार नियम'चे रचनाकार

सरश्री

जीवनाची 5 महान रहस्यं

प्रेम, आनंद, मौन, समृद्धी
आणि परमेश्वर प्राप्तीचा मार्ग

जीवनाची 5 महान रहस्यं

प्रेम, आनंद, मौन, समृद्धी आणि परमेश्वरप्राप्तीचा मार्ग

Jivanachi 5 Mahan Rahasya
Prem, Anand, Maun, Samruddhi Aani Parmeshwar Prapticha Marg

by **Sirshree** Tejparkhi

प्रकाशक : वॉव पब्लिशिंग्ज् प्रा. लि., पुणे

ISBN : 9789387696105

प्रथम आवृत्ती : मे २०१८

© Tejgyan Global Foundation

All Rights Reserved 2018.
Tejgyan Global Foundation is a charitable organization
having its headquarters in Pune, India.

सर्वाधिकार सुरक्षित

'वॉव पब्लिशिंग्ज् प्रा. लि.'द्वारे प्रकाशित हे पुस्तक अशा अटीवर विकण्यात येत आहे, की प्रकाशकाच्या लेखी पूर्वअनुमतीविना ते व्यापाराच्या दृष्टीने अथवा अन्य प्रकारे उसने, भाड्याने अथवा विकत, अन्य कोणत्याही प्रकारच्या बांधणीत अथवा अन्य मुखपृष्ठासह देता येणार नाही; तसेच अशाच प्रकारच्या अटी नंतरच्या ग्राहकावर बंधनकारक न करता आणि वर उल्लेखिलेल्या कॉपीराइटपुरत्या मर्यादित न ठेवता या पुस्तकाच्या कोणत्याही स्वरूपाच्या विनिमयास, तसेच कॉपीराइटधारक व वर उल्लेखिलेले प्रकाशक दोघांच्याही लेखी पूर्वअनुमतीविना इलेक्ट्रॉनिक, मेकॅनिकल, फोटोकॉपी, रेकॉर्डिंग इत्यादी प्रकारे या पुस्तकाचा कोणताही अंश पुनःप्रस्तुत करण्यास, जवळ बाळगण्यास अथवा सुधारित स्वरूपात प्रस्तुत करण्यास मनाई आहे.

'रहस्य नियम' या मूळ हिंदी पुस्तकाचा मराठी अनुवाद

प्रस्तुत पुस्तक समर्पित आहे,
अशा महान वैज्ञानिकांना,
ज्यांनी आपल्या दूरदृष्टीनं
आणि मननाद्वारे, जीवनाची महत्त्वपूर्ण
रहस्यं लोकांसमोर उलगडली.

अनुक्रमणिका

प्रस्तावना	अभेद रहस्य उलगडण्याचा प्रारंभ	११
अध्याय १	जीवनाचा महानियम सदैव खुश कसं राहाल	१५
अध्याय २	महानियमाचा विस्तार चार परिवर्तन, आठ प्रश्न	१८
अध्याय ३	महानच्या घराचं रहस्य पृथ्वीवर तुम्ही अतिथी आहात	२३
खंड १	**जीवनाचं महान रहस्य**	**२७**
अध्याय ४	पहिलं महान रहस्य जीवनाच्या समस्यांवर उपाय	२९
अध्याय ५	समस्येत उपाय, फळ, शिडी एका हातात तीन संकेत	३१
अध्याय ६	समस्येत दडलेली शिकवण आणि आव्हान हाताचं एक बोट आणि अंगठा	३५
अध्याय ७	समस्येत शांती प्राप्त करण्याची कला काही करू नका आणि न करणंही थांबवा	४०
अध्याय ८	दुसरं रहस्य ध्यानाचं गुपित	४३

अध्याय ९	ध्यानाची डिक्शनरी तीन प्रकारच्या चुका टाळा	४६
अध्याय १०	तिसरं रहस्य जीवन समृद्ध करण्याचा मार्ग	५४
अध्याय ११	देण्यात कंजुषी करु नका मुबलकतेच्या भावनेचं फळ	५७
अध्याय १२	प्रेम द्यायला शिका नात्यांमध्ये दुःखमुक्ती	६२
अध्याय १३	प्रेम, पैसा, वेळ वा ध्यान एक हिस्सा स्वतःला द्या	६७
अध्याय १४	चौथं रहस्य आपल्याला कोणत्या गोष्टीची आवश्यकता आहे	७३
अध्याय १५	'हे तेच आहे' चौथ्या रहस्याचा महामंत्र न मान, न नमान केवळ जाण	७६
अध्याय १६	निराशेत दडलेली आशा मी प्रत्येक घटनेला शिडी बनवू शकतो का	८१
अध्याय १७	'हे तेच आहे' या मंत्राचा उपयोग विश्वासाची नक्कल करा	८३
अध्याय १८	जीवनाचं पाचवं महान रहस्य ज्ञान आणि 'मी' यांतील मर्म	८८
अध्याय १९	शरीर तुमचा मित्र तर आहे जीवन पुस्तक आहे	९१
अध्याय २०	'मी' म्हणजे काय शरीरासोबत कोण	९८

अध्याय २१	'मी', 'मी' सोबत जोडा 'मी' चा आकारच परमात्मा	१०२
अध्याय २२	शरीर मानवाचा मित्र पाचवं रहस्य जीवनात कसं उतरवाल	१०७
अध्याय २३	असली 'मी'ची परिभाषा शरीर कोण, मी कोण	११०
अध्याय २४	'स्व'ची ओळख गैरसमज टाळा	११५
खंड २	दहा छोटी रहस्यं	१२१
कथा १	इच्छामुक्ती रहस्य	१२३
कथा २	स्थायी आनंदाचं रहस्य	१२६
कथा ३	निराशेमध्ये दडलेल्या आशेचं रहस्य	१२९
कथा ४	आराम सीमेपलीकडे, विकासाचं रहस्य	१३१
कथा ५	अव्यक्तिगत दृष्टिकोनाचं रहस्य	१३३
कथा ६	आनंदी जीवनाचं रहस्य	१३६
कथा ७	चिंतामुक्ती रहस्य	१३८
कथा ८	संधी साधण्याचं रहस्य	१४०
कथा ९	कल्पनामुक्तीचं रहस्य आणि परिवर्तनाचा नियम	१४२
कथा १०	निमित्त रहस्य	१४४
	परिशिष्ट	१४९-१६०

प्रस्तावना

अभेद रहस्य उलगडण्याचा प्रारंभ

रहस्य नियम जाणण्यासाठी उत्सुक असलेल्या अतिथींचं स्वागत...

‘जो अदृश्य आणि अतार्किक आहे,
तोच रहस्य नियम आहे.’

उपरोल्लिखित पंक्तीचा अर्थ आपण आता सखोलपणे जाणून घेऊ या. निसर्गाचे नियम अदृश्य असले तरी त्यांचा परिणाम आपल्या जीवनावर होतच असतो. शिवाय मनुष्याच्या तर्कात ते बसत नसल्याने तो त्यांना समजू शकत नाही. अशा प्रकारे हे नियम त्याच्या जीवनात रहस्य बनून राहतात. परंतु हे अदृश्य, अतार्किक नियम जाणून घेणं हेच रहस्य नियमाचं ज्ञान आहे. ही बाब आपण एका उदाहरणाद्वारे समजून घेऊ या.

‘कोणतीही गोष्ट देण्यानं वृद्धिंगत होते’ हा निसर्गाचा अलिखित नियम असला तरी तो मनुष्याला अतार्किक वाटतो. कारण त्याला नजरेसमोर, ‘माझं हे गेलं... ते गेलं’ हेच दृश्य सारखं दिसत असतं. मात्र त्याच वेळी अदृश्य जगतात खूप काही घडत असतं, जे त्याला ज्ञात नसतं, दिसत नसतं. आपण जेव्हा एखाद्याला काही देतो, तेव्हा ते खरंतर आपल्याकडून निसर्गाला दिलेलं विश्वासबीजच असतं. शिवाय हेच विश्वासबीज नियती आपल्याला कित्येक पटीनं वाढवून परत करत असते. म्हणून हा नियम दर्शवतो,

'देण्यानं वाढतं!' मात्र याचे परिणाम त्वरित दृष्टीस पडत नसल्यानं ही गोष्ट केवळ रहस्य बनूनच राहते.

आपण जेव्हा एखाद्याला काही देतो, तेव्हा आपल्या अंतर्यामी कोणत्या भावना प्रकटतात? देताना मनात असीम शांती... आनंदाची अनुभूती येते. परंतु नेमक्या या भावनाच मनुष्य ओळखू शकत नाही. वास्तविक तुम्ही निसर्गनियमांनुसारच कार्य केलंय, या गोष्टीचा संकेत सदर भावना देत असतात.

अगदी याचप्रमाणे, आपण जेव्हा एखाद्याला विनाअट प्रेम देतो, त्यांची मनःपूर्वक क्षमा मागतो, एखाद्याची निरपेक्षपणे मदत करतो... अशा प्रकारे निसर्गनियमांनुसार कार्य केल्यानं खरंतर त्यावेळीही अशाच भावना आपल्या मनात प्रकटतात. पण त्या भावनांशी परिचित नसल्यानं मनुष्य त्यांचा योग्य उपयोग करू शकत नाही. असाच एक रहस्य नियम मनुष्याच्या भाग्यासोबतही जोडला गेलाय, जो आपल्याला समजून घ्यायचा आहे.

'जो भाग्यातून मुक्त, तो भाग्यशाली,
जो जीवनापासून पलायन करतो, तो दुर्दैवी,
जो जागृत होऊन जीवन रहस्य जाणतो, तो महाभाग्यशाली.'

या नव्या दृष्टिकोनातून वरील सूत्रातील सत्य, वास्तव जाणूया. लोक नाती बदलतात पण आपले विचार कधी बदलत नाहीत. लोक भविष्य जाणण्यासाठी ज्योतिषांकडे व्यर्थपणे खेटे घालतात, जेणेकरून त्यांचं नशीब बदलावं. परंतु स्वतःचा दृष्टिकोन बदलण्यास ते कदापि तयार होत नाहीत. नेत्यांची, मोठ्या लोकांची ओळख करून घेण्यासाठी ते खूप वेळ, पैसा आणि शक्ती खर्च करतात. परंतु स्वतःला जाणण्यासाठी मात्र एक पुस्तक विकत घ्यायचीही त्यांची तयारी नसते! सत्यश्रवणासाठी, ध्यानात बसण्यासाठीही त्यांच्याकडे वेळ नसतो. यासाठीच सांगितलं जातं,

'भाग्य नव्हे, तर आपला दृष्टिकोन बदला

लोकांना नव्हे, प्रथम आपले विचार बदला

इतरांना नव्हे, स्वतःला जाणा

भविष्य नव्हे, वर्तमान समजून घ्या.'

अशा प्रकारे मनुष्याला भविष्यातील रहस्य, प्रारब्ध जाणून वर्तमानात खुश

व्हायचं असतं. परंतु वर्तमानाचं रहस्य, रहस्य नियम जाणण्यात मात्र त्याला स्वारस्य नसतं, वेळ नसतो. भविष्यात जर त्याच्या सर्व समस्यांचं निरसन होणार असेल, तरच तो त्याचं वर्तमान आनंदानं, धैर्यानं व्यतीत करू शकतो अशी त्याची पक्की धारणा असते. म्हणून भविष्य जाणण्यासाठी तो वेगवेगळ्या लोकांकडे जातो. परंतु भविष्याची चाहूल लागल्यानं खरंच त्याच्या समस्या विलीन होऊ शकतात? असं जर झालं असतं तर पृथ्वीवर निम्मे लोक आज चिंतामुक्त आयुष्य जगले नसते का?

यासाठी समस्येतून मुक्त व्हायचं असेल, तर भविष्य नव्हे, वर्तमान जाणा. कारण वर्तमानाचं वास्तव हे प्रत्येकासाठी समान आहे. शिवाय ते काल्पनिक नसून सत्य आहे, वास्तव क्षण आहेत. भविष्याचं रहस्य काही अंशी काल्पनिक, अपूर्ण असतं. म्हणून त्यात गुंतून न राहता जीवनाची महान रहस्यं जाणून घ्या. कारण तीच आपला वर्तमान सहज व सुखमय करतील.

वर्तमानाचं रहस्य 'आता आणि येथेच' आहे. वर्तमानाचा प्रत्येक क्षण सत्य आहे. म्हणून आपण सर्वांनीच या वर्तमानात राहायला शिकायचं आहे. कारण वर्तमानातच योग्य कर्म केलं जाऊ शकतं, इतकंच नव्हे तर भविष्य बदलता येतं. हा वर्तमानच आपल्या अज्ञानाचं भूत-भविष्याचं (अ-कल) कुलूप उघडू शकतं. अ-कल म्हणजे कालही नाही आणि उद्याही नाही. भूतकाळ आणि भविष्यकाळ या अ-कलमध्ये येऊच शकत नाही. यासाठीच आपणदेखील या अ-कलचं कुलूप उघडून जीवनाची रहस्यं जाणून, आनंदित जीवन जगायला हवं. अन्यथा आपलं जीवन या कल-कलमध्ये गुंतून जाईल.

तसं पाहिलं तर जगात प्रत्येक मनुष्यालाच आनंद हवा असतो. परंतु आनंदप्राप्तीच्या मार्गात येणाऱ्या बाधा त्या आनंदाला रोखतात. मग जीवनात घडणाऱ्या घटनांनी त्रस्त होऊन तो वेगवेगळी कारणं पुढे करतो. त्यामुळे उद्दिष्टपूर्तीच्या मार्गात अडथळा निर्माण होतो. परंतु मनुष्याला त्याच्या ध्येयाचं जराही विस्मरण होता कामा नये. म्हणून त्यानं सबबींचा सागर पोहून पार करायचं कौशल्य आत्मसात करायला हवं. मात्र या सबबींमध्ये जो भरकटतो, तो ध्येयाप्रत कधी पोहोचू शकत नाही. मग ते अनमोल ध्येय साध्य न करता, जीवनाचं रहस्य न जाणताच तो या जगाचा निरोप घेतो. शिवाय त्याचं अवघं आयुष्य दुःख, असंतुष्टी आणि पश्चात्ताप यांतच व्यतीत होतं. याहून दुर्दैव ते काय?

म्हणूनच आपल्याला जीवनाची ही रहस्यं लवकरात लवकर आत्मसात करायला

हवीत आणि हेच या पुस्तकाचं मूळ लक्ष्य आहे. ही रहस्यं आपल्या समोर जीवनाचं संपूर्ण ज्ञान उलगडतील. त्यानंतर मग जीवनाचा कोणताही पैलू आपल्यासाठी अज्ञात राहणार नाही.

जो मनुष्य स्वतःला जाणतो, त्याच्यासमोर जीवन स्वतःच त्याची रहस्यं प्रकट करतं. म्हणूनच प्रस्तुत पुस्तकाद्वारे आपण ही रहस्यं, नियम जाणणार तर आहातच, शिवाय स्वतःला जाणण्याची कलाही अवगत कराल. चला, तर मग जीवनाचं अभेद असलेलं रहस्य उलगडण्याचा प्रारंभ आपण सुखदरीत्या करूया.

...सरश्री

अध्याय १

जीवनाचा महानियम

सदैव खुश कसं राहाल

प्रस्तुत पुस्तकाचा प्रारंभ आपण जीवनाचे महानियम जाणून करू या. तसं पाहिलं तर हे नियम सर्वच लोक जाणतात. परंतु प्रत्यक्षात त्यांचा उपयोग कसा करावा हे त्यांना ठाऊक नसतं. म्हणून निसर्गाचा हा अलिखित नियम आता आपण जाणू या.

एकदा एका व्यक्तीनं आपलं मृत्युपत्र तयार केलं होतं. त्या मृत्युपत्रानुसार त्याच्या मृत्यूनंतर त्यानं आपल्या दोन मुलांमध्ये संपत्तीची वाटणी केली. शेवटी दोन तसबिरी शिल्लक राहिल्या. दोन्हींत सारखीच चित्रं होती. पण एकाची फ्रेम सोन्याची होती, तर दुसऱ्याची लाकडी.

आता थोरला मुलगा विचार करतो, 'ही फ्रेम बाबांनी सांभाळून ठेवली आहे म्हणजे त्यात नक्कीच काहीतरी रहस्य असणार!' तो आपल्या धाकट्या भावाला सांगतो, 'सोन्याची फ्रेम असलेली तसबीर मी ठेवतो आणि तू लाकडी फ्रेम ठेवून घे.' अशा प्रकारे थोरल्याची ही गोष्ट मान्य करून लहान भावानं, लाकडी फ्रेमची तसबीर स्वतःच्या घरात लावली.

धाकटा मुलगा जेव्हा-जेव्हा ते चित्र पाहायचा, तेव्हा-तेव्हा त्याला वडिलांची आठवण येत असे. मात्र काही दिवसांनी त्यातील चित्र अस्पष्ट होत चालल्याचं त्याच्या

लक्षात आलं. चित्र अस्पष्ट का होतंय? यामुळे तो विचारात तर पडला, पण त्यामागचं रहस्य मात्र काहीकेल्या त्याला उलगडत नव्हतं.

एकदा तो चिंतातुर अवस्थेत बसलेला असताना, 'बाबांनी या तसबिरीत नेमकं काय रहस्य लपवलंय? एक सोन्याची आणि दुसरी लाकडी अशा तसबिरी का बनवल्या असतील? यामागे कोणतं गूढ असेल?' असे प्रश्नही त्याच्या मनात निर्माण होत होते. मग त्याच्या लक्षात आलं, काळाच्या ओघात ही लाकडी फ्रेम ठिसूळ होत आहे. शिवाय फ्रेमवरचं चित्र गायब होऊन त्यावर काही शब्द उमटत होते. त्यानं फ्रेम काढून मागे पाहिलं. तसबिरीमागे एक स्टिकर लावलेला होता. तो स्टिकर काढल्यानंतर तेथे असलेले शब्द त्याला हळूहळू स्पष्टपणे दिसू लागले. **'हे दिवसही जातील, ही वेळही बदलेल,'** असे ते शब्द होते. क्षणभर त्याला वाटलं, 'हे शब्द माझ्याचसाठी आहेत. माझी सध्याची परिस्थिती, दुःख सगळं काही बदलून जाईल, ही कठीण वेळही निभावून जाईल.'

या प्रेरणादायक विचारांनीच तो आनंदित झाला. तसबिरीचं हे रहस्य जाणून तो अतिशय शांत झाला. त्याच्या मनातील कोलाहल अचानक थांबला आणि काय आश्चर्य! खरोखरच काही दिवसांत सर्व काही बदललं. दुःखद दिवस नाहीसे होऊन सुखद दिवसांची सुरुवात झाली. निराशेचं रूपांतर आनंदात झालं.

आता त्याचं जीवन जेव्हा आनंदी होतं, तेव्हा पुन्हा एकदा त्याची नजर त्या तसबिरीकडे गेली आणि त्याला आश्चर्याचा धक्का बसला. अशा प्रकारे त्यानं आधी अर्धवट रहस्यच जाणलं होतं. परंतु आता तर त्याच्यासमोर संपूर्ण रहस्य प्रकट झालं होतं! आनंदात असताना जेव्हा त्यानं 'हे देखील बदलेल' हे जादुई शब्द वाचले, तेव्हा त्याला जाणीव झाली, की हे आनंदाचे दिवसही बदलू शकतात. मग तो खुशीतदेखील उत्तेजित न होता संतुलित जीवन जगू लागला.

मात्र आनंदाच्या दिवसांतही, 'हे दिवस बदलतील' या तसबिरीतल्या शब्दांचं त्याला सतत स्मरण होत असे. त्यामुळे सुखातही उत्तेजित न होता तो सदैव जागृत आणि सम भावनेनं आयुष्य व्यतीत करीत राहिला. अशा प्रकारे दुःखमुक्तीचं रहस्य अगदी थोडक्या शब्दांत सामावलेलं असून त्यानुसार जर अनुसरण केलं तर माणसाचं संपूर्ण आयुष्य बदलून महाजीवन बनतं. मग मोठा मुलगा, ज्याच्याकडे सोन्याची फ्रेम होती, त्याला हाय ब्लडप्रेशरचा त्रास होऊन मधून मधून अॅटॅक आले. अनेक आजार त्याला झाले. कारण दुःखात तो तणावग्रस्त राहिला आणि सुखात मजेत, मस्तीत!

अशा प्रकारचं जीवन व्यतीत झाल्यानं त्याला अकाली वृद्धत्व आलं. कायम सोन्याच्या फ्रेममध्येच तो गुंतून राहिल्यानं, त्या तसबिरीचं रहस्य त्याच्या लक्षात आलं नाही. त्यामुळे तो कायम दुःखी राहिला.

'बदल, परिवर्तन हा निसर्गाचा नियम आहे.' या छोट्याशा, पण आशयपूर्ण गोष्टीचं सार लक्षात घ्या. कोणताही बदल सुरुवातीला विचित्र वाटतो खरा, पण वस्तुस्थिती अशी आहे, की लोकांना बदलच नको असतो. त्यामुळे जसं चाललंय तसंच चालू राहावं, असं त्यांना वाटतं असतं. मात्र परिवर्तन तुमच्यात नवा आत्मविश्वास निर्माण करतो. म्हणून मनुष्यानं येणाऱ्या संधीसाठी आधीपासूनच जागरूक असायला हवं. त्यासाठी योग्य जाणिवेसह, सामान्य बुद्धी ठेवून परिवर्तनाचं स्वागत करायला हवं!

तर मग आता येणाऱ्या संधीसाठी आपण आधीच जागृत होऊ या. शिवाय योग्य समजेसह, सामान्य बुद्धीचा उपयोग करून या परिवर्तनाचं स्वागत आपण जोरदारपणे करू या. त्यासाठी खालील काही गोष्टी लक्षात ठेवा.

- आनंदाच्या भरात आधी खूप जोशानं आणि नंतर ढिलेपणानं काम करू नका. नेहमीच मध्यम मार्ग स्वीकारा.
- मनात सतत सकारात्मक विचार बाळगा.
- भूतकाळाबद्दल पश्चात्ताप करण्यापेक्षा येणारा काळ सुंदर कसा होईल, हे पाहा.
- आपण एखाद्या घटनेत दुःखी होऊन तिला आवश्यकतेपेक्षा अधिक महत्त्व तर देत नाही ना?
- आपण वयानं मोठे झालो आहोत, तेव्हा भावनिक दृष्ट्याही, परिपक्व होणार आहोत, याबद्दल विश्वास बाळगा.
- परिवर्तनाला कधीही घाबरू नका. 'ही वेळही बदलेल' हा मंत्र नेहमी लक्षात ठेवा. येणारा काळ एका नव्या विश्वासानं, नव्या साहसानं जगा. सुरुवातीला बदल कठीण वाटेल. पण लवकरच हा नवा बदल तुमच्यात दृढ विश्वास उत्पन्न करेल.

अध्याय २

महानियमाचा विस्तार

चार परिवर्तन, आठ प्रश्न

परिवर्तनाचा नियम सोडून प्रत्येक गोष्ट बदलत असते. परंतु हा नियम मात्र कायम राहतो. या नियमाचं ज्ञान आपल्याला सुखानंतर येणाऱ्या दुःखात धैर्य देतं तर दुःखानंतर येणाऱ्या सुखात उत्तेजित होण्यापासून रोखतं. शिवाय आपला अहंकारही पुष्ट होऊ देत नाही.

आपल्या जीवनात काही बदल घडताच आपण घाबरून जातो आणि इतरांना किंवा स्वतःच्या भाग्याला दोष देत राहतो. मात्र बदल का झाले? याचं कारण शोधत नाही. म्हणून होणाऱ्या परिवर्तनासाठी आपण आधीच तयार असलो तर ते स्वीकारताना त्रस्त होणार नाही, संभ्रमात पडणार नाही. आपल्या जीवनात पुढीलप्रमाणे मुख्य चार परिवर्तनं घडतात.

१. व्यवसायात परिवर्तन : मनुष्याच्या जीवनाची सुरुवात शोध घेण्यापासूनच होते. कॉलेजात डिग्री मिळाल्यानंतर तो नोकरी किंवा व्यवसायाच्या शोधार्थ फिरू लागतो. मग लवकरच त्याला नोकरी मिळते किंवा तो स्वतःचा व्यवसाय सुरू करतो. आता त्याला पैसा मिळू लागल्याने तो खूप खुश होतो. अशा प्रकारे आयुष्यात संतुलन आल्याने एकप्रकारचं समाधान प्राप्त होतं आणि त्याची भविष्याची चिंताही दूर होते.

आता त्याचा प्रत्येक दिवस कसा व्यतीत होतो? ऑफीसमध्ये जायचं... काम

करायचं... पैसे मिळवायचे... अशा प्रकारे त्याचं दैनंदिन जीवन सुख-समाधानात, मजेत जात असतं. पण अचानक एखाद्या दिवशी त्याला समजतं, त्याची बदली झाली किंवा त्याला नोकरीतून काढून टाकलंय. तेव्हा तो हा अकस्मात झालेला आघात सहन करू शकत नाही. परिणामी ज्या नोकरीमुळे तो आजवर खुश होता तीच त्याच्या चिंतेचं कारण बनते.

अगदी अशाच प्रकारे बाजारात मंदी आल्यानंतर काही कारखाने बंद पडतात. मग लोकांना नोकरीतून काढून टाकलं जातं. जेणेकरून कामगारांमध्ये चिंतेचं वातावरण पसरतं. 'न जाणो आपल्यालाही नोकरीतून काढून टाकलं तर... कंपनी बंद पडली तर... मग आमच्या कुटुंबाचं काय होईल?' अशा प्रकारे ते सतत चिंताग्रस्त असल्यानं त्यांच्या कुटुंबावर, नातेवाइकांवर आणि मित्रमंडळीवरही त्याचा परिणाम होतो. इथवर तर ठीक होतं, पण एका मनुष्याच्या चिंतेचा परिणाम संपूर्ण समाज, देश आणि विश्वावरही होतो, हेदेखील प्रत्येकानं लक्षात ठेवायला हवं.

२. व्यक्ती, नात्यांमध्ये परिवर्तन : बदल होणारा दुसरा पैलू म्हणजे लोक. यात नातेसंबंध, मित्रांचा समावेश असतो. जर आपल्या नातेवाइकांमध्ये, जिवलग मित्रांमध्ये परिवर्तन घडलं, त्यांची बदली झाली, कुणाचा अकाली मृत्यू अथवा एखादी दुर्घटना घडली तर काही लोक ही घटना सहन करू शकत नाही. त्यांची अशी दुर्दशा होते, की ते मनोरुग्ण बनतात.

काही लोक असेही असतात, ज्यांना आपल्या परिचित लोकांमध्ये झालेला बदल आवडत नाही. मग आयुष्यभर ते त्यांचा द्वेष करत राहतात. अशा प्रकारे परिवर्तन स्वीकार न केल्यानं मनात बदला घेण्याची भावना निर्माण होते. परंतु योग्य समज नसल्यानं मनुष्य सर्वाधिक नुकसान स्वतःचंच करून घेतो. परिणामस्वरूपी, तो प्रत्येकक्षणी दुःखात, द्वेषात, भय, ईर्षा आणि क्रोधात स्वतःला बंदिस्त करून, जखडून ठेवतो.

३. वातावरणातील परिवर्तन : वातावरणात झालेल्या बदलानं माणूस नेहमीच रडत असतो. 'अरे, असं कसं झालं... असं व्हायला नको होतं... आतापर्यंत माझं स्वास्थ्य तर ठीक होतं... मग आताच मी आजारी कसा पडलो...' अशा प्रकारे तो दुःखी, त्रस्त आणि चिंतित होतो. म्हणून तो इतरांवर दोषारोप करून स्वतःला सांत्वना देत राहतो. जेणेकरून तो स्वतःला सुरक्षित समजतो. परंतु त्यावेळी हीच सांत्वना पुढे जाऊन त्याच्या दुःखाचं कारण बनणार आहे, हे तो जाणत नाही.

४. वस्तूतील परिवर्तन : बदलणारा चौथा पैलू म्हणजे वस्तू. मनुष्याला वस्तुंप्रति इतकी

आसक्ती असते, की त्याला प्रत्येक क्षणी त्याच्या वस्तू खराब होण्याचं, तुटण्याचं, हरवण्याचं किंवा त्या चोरी होतील याचं भय सतावत असतं.

मात्र 'परिवर्तन संसाराचा नियम आहे' हे जर आपल्याला ठाऊक असेल तर आपण दुःखी, चिंतीत होणार नाही. याउलट अमूक परिवर्तन घडलं तर जीवनात नवीन काही गोष्टींचं पदार्पण होईल... नवे मित्र, नवीन ओळखी... नवीन नोकरी... नव्या कंपन्या उघडतील... अशी समज प्राप्त होऊन आपल्या अंतर्यामी दृढ विश्वास जागृत होईल. शिवाय हे परिवर्तनच आपल्यासाठी आनंदाचं कारण बनेल. मग आपणच म्हणाल, 'चांगलं झालं, आधीचं दुकान, घर आणि लोक सर्वच आयुष्यातून निघून गेलं. कदाचित आता त्याहून उत्तम गोष्टी मिळणार असतील!'

मात्र, लोक परिवर्तनाचं कारण समजल्याशिवायच काही तरी अनुमान लावत बसतात. 'अरेरे, परिवर्तन का झालं... असं व्हायला नको होतं... कधी संपेल हे सगळं...' अशा प्रकारे हे अनुमान, हनुमानाच्या शेपटीप्रमाणे लांबतच जाऊन छोटासा बदलही त्यांना त्रस्त करतं. म्हणून परिवर्तन घडताच त्याचं बाह्य रूप बघून लगेच कुठलंही अनुमान लावू नका, त्याची कल्पना करू नका. संयम आणि सहनशीलता ठेवून परिवर्तनाकडे बघा. मग तुमचं प्रत्येक अनुमान चुकीचं होतं हेच सिद्ध होईल. आपण जर प्रत्येक अनुमान, सगळे निर्णय पूर्ण माहितीनिशी घेतले, तर तुम्हाला तो बदल स्वीकार होईल. शिवाय तुमचा प्रत्येक निर्णय योग्य असल्याचं निदर्शनास येईल.

आता आपली बदल स्वीकारण्याची नेहमीच तयारी असेल. आयुष्याला नवं वळण, नवीन दिशा देण्याचा प्रयत्न केला तर परिवर्तन खरोखरच खूप सुंदर आहे, असाच विचार आपण कराल. शिवाय यासाठी आम्ही नेहमीच तयार आहोत, हेदेखील दर्शवाल. ही तयारीच आपल्याला नेहमी आशावादी आणि समाधानी ठेवेल. नवा बदल घडल्यानं तुमची रचनात्मक कार्यंदेखील पूर्ण होतील आणि ही नवीन कार्यंच 'महाजीवनाची' निर्मिती करतील. शिवाय हे नवनिर्माणच नवीन चेतनेला कार्य करण्याची संधी देईल.

प्रश्नोत्तरं

१. प्रत्येक घटनेत समतोल राखण्यासाठी परिवर्तनाचा नियम आपल्या मनात कसा ठसवता येईल?

उत्तर : यासाठी आपल्याला प्रत्येक क्षणी वर्तमानात राहावं लागेल. जेणेकरून वर्तमानात होणाऱ्या परिवर्तनाचे आपण साक्षी बनाल. शिवाय वर्तमानात घडणाऱ्या

घटनांकडे आपण लहान मुलांप्रमाणे बघायला हवं. कारण मुलं प्रत्येक बदलाकडे आश्चर्याने बघत असतात आणि लक्षातही ठेवतात. अगदी याचप्रमाणे वर्तमानाला मुलांच्या नजरेतून बघा आणि प्रत्येक लहान-लहान परिवर्तन लक्षपूर्वक पाहा.

२. याचाच अर्थ, आम्ही आनंदाच्या प्रसंगातही खुश व्हायचं नाही? त्यावेळीही शांतच राहायचं का?

उत्तर : खुश होणं आणि उत्तेजित होणं यात किंचितसा फरक आहे. तुम्ही खुश नक्की व्हा पण उत्तेजित नाही. कारण त्यानंतर मनुष्याला लगेच कंटाळा येतो. माणूस आनंदात उत्तेजित तर होतो पण त्यानंतर येणाऱ्या बोरडमसाठी तो तयार नसतो. शिवाय तो त्या बोरडमपासून पलायन करून, पुन्हा उत्तेजित होण्यासाठी वारंवार नवीन पद्धतीचा शोध घेत राहतो. मग हळूहळू तो चुकीच्या सवयींचा शिकार होतो. त्यानंतर पुढे-पुढे त्या सवयीच त्या मनुष्याला नियंत्रित करतात. अशा प्रकारे त्याचं सगळं आयुष्यच अंधकारमय होतं. म्हणून आनंदात खुश अवश्य व्हा पण उत्तेजित कदापि नाही.

३. परिस्थिती जर आपोआप बदलत असेल तर आमच्या कर्मांचं जीवनात योगदान काय आहे?

उत्तर : प्रत्येक बदलणाऱ्या परिस्थितीमागे कर्मसिद्धान्तच कार्यरत असतात. म्हणून आपण वर्तमानात योग्य कार्य करणंच श्रेयस्कर असतं. नवीन वाईट कर्मं करून परिस्थिती बिकट बनवू नका तर चांगली कर्मं करून परिवर्तनाचे साक्षी व्हा.

४. ज्यात बदल घडत नाही अशी एखादी अवस्था आहे का?

उत्तर : होय निश्चितच! जसं, पंखा फिरत असताना त्याच्यामध्ये असलेला गोल भाग स्थिर असतो. त्याचप्रमाणे आपलं जीवन बदलत राहतं परंतु अंतर्यामी असणारा 'स्वानुभव' स्थिरच असतो आणि हीच मनुष्याची मूळ अवस्था आहे. शिवाय याच अवस्थेप्रत पोहोचण्यासाठी मनुष्य पृथ्वीवर आलाय. हा विषय आपण जीवनाच्या पाचव्या रहस्यात विस्तारपूर्वक समजून घेणार आहोत.

५. सुख आणि दु:ख जर नेहमी बदलतात तर यापलीकडे असलेल्या अवस्थेत कधी परिवर्तन होत नाही का? जर नाही, तर ती अवस्था प्राप्त कशी होईल?

उत्तर : परिवर्तनाकडे साक्षी बनून अनासक्त नजरेनं बघायचं आहे. त्यासाठी

ध्यानात बसून आपल्या शरीरातील प्रत्येक व्याधीकडे साक्षी होऊन पाहायचं आहे. असं केल्याने व्याधी तुमच्या शरीरात आहे आणि तुम्ही मात्र शरीरापासून वेगळे आहात हे लक्षात येईल. त्याचबरोबर शरीरापासून तुम्ही अनासक्तही व्हाल. अशा प्रकारे तुम्ही स्वानुभवाच्या निकट येऊन त्या अवस्थेत स्थापित व्हाल.

६. निसर्गात हा नियम कसा कार्यरत असतो?

उत्तर : निसर्गही या परिवर्तनाच्या नियमाप्रमाणे कार्यरत असतो. जसं, दररोज रात्रीनंतर दिवस आणि दिवसानंतर रात्र येत असते. मगच एका प्रसन्न पहाटेचं आगमन होतं. तसंच जमिनीत जेव्हा बीज पेरलं जातं, तेव्हा आधी त्याचं छोटं रोपटं बनतं आणि मगच त्याचं रूपांतर मोठ्या वृक्षात होतं. अशा प्रकारे निसर्गाचा नियम सर्वांसाठी समान लागू ठरतो.

७. कित्येकदा वर्तमानातील परिवर्तन आपल्याला आवडत नाही. पण ते योग्यच होतं, हे काही दिवसांनी आपल्या लक्षात येतं. मग 'जे होतंय ते चांगल्यासाठीच आहे' ही समज आपण त्यावेळी का ठेवू शकत नाही?

उत्तर : निसर्गाचा आणखी एक नियम आहे, तो म्हणजे – 'ज्या गोष्टीचं आपण वर्णन करतो ती प्रत्यक्षात उतरते.' हा नियम लक्षात घेऊन आपण वर्तमानात त्याच गोष्टींचं वर्णन करा, जे तुमच्या जीवनात पाहण्याची इच्छा आहे. तुम्ही जर चुकीच्या गोष्टींचं वर्णन केलं, तर चुकीच्याच गोष्टी तुमच्या जीवनात प्रवेश करतील. यासाठी प्रत्येकानं वर्तमानात सजग राहून 'जे काही होतंय, ते चांगल्यासाठीच होत आहे' असं म्हणायला हवं.

८. 'जे काही होत आहे, ते चांगल्यासाठीच होत आहे' या विधानाची सांगड महानियमाशी कशी घालावी?

उत्तर : निसर्ग प्रत्येक क्षणी विकास आणि तेज विकासाकडे मार्गक्रमण करत आहे. प्रत्येक पिढी ही त्यांच्या आधीच्या पिढीच्या तुलनेत अधिक विकसित आहे, ही गोष्ट याचंच द्योतक आहे. याचाच अर्थ, आज जे काही होतंय ते भविष्यातील विकासासाठीच होत आहे. हे लक्षात ठेवून 'जीवनात जो काही बदल घडतोय तो चांगलाच आहे, जे काही घडतंय, ते चांगल्यासाठीच घडत आहे' असं समजायला हवं.

जीवनाचा हा अमूल्य महानियम समजून घेतल्यानंतर, आता आपण जीवनातील महान रहस्यं समजून घेणार आहोत.

अध्याय ३

महानच्या घराचं रहस्य
पृथ्वीवर तुम्ही अतिथी आहात

एक अभेद नावाचा मनुष्य होता. त्याची एकदा एका अनोख्या मनुष्याशी भेट झाली, ज्याचं नाव होतं 'महान.' हा महान अभेदला अशा काही गोष्टी सांगायचा, ज्या आजवर त्यानं कधी ऐकल्या नव्हत्या. जेणेकरून अभेद नेहमी तणावमुक्त व्हायचा.

महान सांगत असलेल्या गोष्टी इतक्या महत्त्वपूर्ण असायच्या, की त्या ओढीनं अभेद रोज बागेत त्याला भेटायला जात असे. एकदा अशीच दोघांची चर्चा चालू असताना अभेदनं महानला विचारलं, "तू मला असा एखादा उपाय सांगू शकतोस का, ज्यायोगे मी कायमस्वरूपी दुःख आणि तणावातून मुक्त होऊ शकेन?"

"हो नक्कीच," महान हसत उद्गारला.

"मी ते ऐकण्यासाठी अतिशय उत्सुक आहे. कृपया मला लगेच तो उपाय सांग." अभेदच्या डोळ्यांत आश्चर्य झळकत होतं.

"पण यासाठी तुला उद्या माझ्या घरी यावं लागेल. तिथेच मी तुला ते महान रहस्य सांगू शकेन. त्या उपायांनी तुझ्या आयुष्यातील सर्व दुःख, समस्या नाहीशा होतील."

"खरंच असं होतं?" अभेदनं उत्सुकतेनं विचारलं.

"निश्चितच! कारण ही सारी रहस्यं माझ्या घरातील एका खोलीत बंद आहेत. तेव्हा माझ्या घरी येऊन तू ही सगळी रहस्यं तुझ्या डोळ्यांत सामावून घे म्हणजे आजीवन तुला याचं स्मरण राहील. शिवाय तुझं अवघं जीवनही बदलून जाईल."

महानचं असं बोलणं ऐकून अभेदच्या आनंदाला पारावार राहिला नाही. सकाळ होताच मोठ्या अधीरतेनं त्यानं महानच्या घरात प्रवेश केला.

"येणाऱ्या अतिथीचं माझ्या घरात मनःपूर्वक स्वागत आहे." महानचे उद्गार ऐकून अभेद भारावून गेला.

"अरे, तू मला अतिथी, पाहुणा का समजतो आहेस?"

"कारण पृथ्वीवर प्रत्येक माणूस त्या महान ईश्वराचा अतिथीच असतो ना?"

"हो. ही गोष्टदेखील शंभर टक्के खरी आहे." अभेदने स्वीकृती दर्शवली.

अशा प्रकारे महानने पाहुण्यांचा यथोचित आदर-सत्कार करून त्याला आपल्या घरातील मागच्या खोलीत घेऊन आला. तेथील वातावरण अभेदला जरा विचित्रच वाटलं. तेथे फरशीवर बुद्धिबळाच्या पटाप्रमाणे काळे आणि पांढरे चौकोन आखले होते. शिवाय त्या खोलीला तीन खिडक्या होत्या आणि त्यावर काही लिहिलेलं होतं. पहिली खिडकी बंद, तर दुसरी उघडलेली होती. शिवाय तिसऱ्या खिडकीला कुलूप लावलं होतं.

त्यानं जेव्हा आणखी बारकाईनं न्याहाळलं, तेव्हा त्याला पुढील दृश्य दिसलं. ज्या दरवाजानं ते आत आले होते, त्याच्या खाली तडा गेलेला होता. त्या खोलीच्या दुसऱ्या बाजूला एक दरवाजा असून तो उघडलेला होता. शिवाय तेथून काही लोकांचे हात दिसत होते, जणू ते काही मागत असावे.

या सर्व गोष्टी तो बघत असताना अचानक त्यानं मागे वळून पाहिलं, तर महान गायब! त्यानं सर्वत्र त्याचा शोध घेतला, परंतु तो त्वरित दिसेनासा झाला. तितक्यात...

"मी येथेच आहे मित्रा!" महानचा आवाज आला.

अभेदनं आवाजाच्या दिशेनं नजर टाकली तर त्याला दिसलं, महान घराच्या छतावर असलेल्या स्विमिंगपूलमध्ये होता. त्या खोलीचं छत पारदर्शक असून तेथेच स्विमिंगपूल बनवण्यात आला होता. आश्चर्याची बाब म्हणजे त्या पुलात काही फळं तरंगत होती आणि महान मजेत ती खात होता. काही वेळानं महान जेव्हा खाली आला,

तेव्हा अभेदनं उत्सुकतेनं विचारलं,

"महान, ही पाण्यात तरंगणारी फळं कोणती आहेत?"

"ही पाण्यातील फळं आहेत, मित्रा!" महानने हसत उत्तर दिलं.

ती खोली पाहून आणि संभ्रमित करणारी उत्तरं ऐकून अभेद क्षणभर गांगरला. त्याची ती द्विधावस्था त्याच्या चेहऱ्यावर स्पष्ट झळकत होती.

"कशी वाटली तुला ही खोली?" काही वेळाने महानने अभेदला हसत विचारलं.

"खूपच अद्भुत खोली आहे ही! परंतु ही अशी अनोखी बनवण्यामागे तुमचा काय उद्देश आहे?"

"या प्रश्नाचं उत्तर मी शेवटी देईन. तत्पूर्वी तुला येथे अनोखं काय वाटलं ते आधी सांग." महान उत्तरला.

अभेदला ज्या ज्या गोष्टी अनोख्या, वैशिष्ट्यपूर्ण वाटल्या, त्या त्यानं महानला सांगितल्या. त्यावर महान म्हणाला, "मित्रा, तू अगदी योग्य स्थानी तुझं लक्ष केंद्रित केलं आहेस. या खोलीत एकूण पाच अनोख्या वस्तू असून वास्तविक त्यातच जीवनाचं महान रहस्य सामावलेलं आहे. शिवाय त्याविषयीच मी तुला आता सांगणार आहे."

"या पाच गोष्टींचा जीवनाच्या महान रहस्याशी काय संबंध असू शकतो बरं?" अभेद मनातल्या मनात पुटपुटला.

"या पाच गोष्टी म्हणजे पाच रहस्यांचं प्रतीक आहेत, मित्रा! आणि या सगळ्यांचा अर्थ मी तुला आता समजावून सांगणार आहे...

"महानचं घर म्हणजे ईश्वरनिर्मित पृथ्वी. येथे प्रवेश करत असतानाच आपल्याला काळ्या आणि पांढऱ्या फरशांनी बनलेली जमीन दिसते, अगदी बुद्धिबळातल्या पटासारखी! जीवनात मिळणारं सुख, आनंद म्हणजे सफेद फरशी आणि दुःख म्हणजे काळी फरशी. या फरशीवरून चालत जाणं म्हणजे सुख-दुःख भोगत वाटचाल करण्यासारखंच आहे. ईश्वराच्या या प्रासादात म्हणजे पृथ्वीवरच आपल्याला, 'आपण कोण आहोत आणि पृथ्वीवर का आलोय याचं योग्य ज्ञान झालं, तर हा पृथ्वीरूपी प्रासाद आपल्या अभिव्यक्तीसाठी आणि आनंदासाठी एक संधी आहे याची जाणीव होईल. अन्यथा, आयुष्यात घडणाऱ्या घटना आपल्याला दुःखद व क्लेशदायक वाटतील. पहिलं रहस्य समस्यांच्या उपायांवर निगडित आहे.

“या खोलीतील दुसऱ्या दृश्यात तीन खिडक्या दिसतील. या तीनही खिडक्यांवर काही लिहिलेलं आहे. पहिल्या खिडकीवर ‘भूत’ लिहिलंय तर मध्ये दुसरी जी खिडकी आहे तिच्यावर अ-कल (वर्तमान) असं लिहिलंय आणि तिसऱ्या खिडकीवर ‘भविष्य’ असं लिहिलं आहे. या खोलीत प्रवेश करताच आपल्याला प्राणवायूची, ऑक्सिजनची गरज भासेल. मात्र हा प्राणवायू आपल्याला कोणत्या खिडकीपुढं उभं राहिल्यानंतर मिळेल, हे ठाऊक असायला हवं. या तीन खिडक्यांचं रहस्य जाणून घेतलं तर आपण जीवनाचं दुसरं महान रहस्य उलगडलं असा याचा अर्थ होतो. या खोलीच्या उजवीकडे एक उघडा दरवाजा आहे. येथे लोक श्रमदान, योगदान, समयदान, रक्तदान, नेत्रदान अशा गोष्टींशी संबंधित काही मदत मागण्यासाठी येतात. घराच्या डाव्या बाजूचा दरवाजा बंद असून त्याच्याखाली एक फट आहे. त्यातून वेळोवेळी कोणी ना कोणी काही तरी टाकत राहतं. कधी कोणी वर्तमानपत्रं टाकतं, तर कोणी खाण्याची प्लेट आत सरकवून जातं. ज्या गोष्टीची आवश्यकता आपल्याला भासते, ती त्या दरवाजातून मिळत राहते. अशा प्रकारे आयुष्यात आपल्याला जे काही मिळतं ती आपली त्या वेळेची गरज असते, हे चौथं रहस्य आपल्याला दर्शवतं.

आता पाचवं रहस्य आपण जाणणार आहोत. या घराचं छत हे पाचव्या रहस्याचं प्रतीक आहे. तेथे स्विमिंगपूल असून त्यात पोहत असताना पाण्यातील फळं तो खातो.

अशा प्रकारे ही पाच रहस्यं या पृथ्वीरूपी घरात गुप्तरूपात उपलब्ध आहेत. तुम्हाला जर या घराचं स्मरण राहिलं तर ती रहस्यंही लक्षात राहतील. शिवाय ती रहस्यं उलगडण्याचा प्रयत्नही तुमच्याकडून होईल, हे वेगळंच.”

महान सांगत असलेल्या गोष्टी ऐकून अभेदची द्विधावस्था झाली. तो म्हणाला, “तुम्ही ज्या पाच रहस्यांविषयी मला सांगत आहात, ते काही माझ्या लक्षात येत नाही. कृपया हे सर्व मला विस्तारपूर्वक समजावून सांगाल का?”

“यासाठीच तर तुला मी येथे घेऊन आलोय मित्रा!” महान हसत हसत म्हणाला.

चला तर मग आपणदेखील महानचा अतिथी... अभेद समवेत जाणू या... आपल्या जीवनाची पाच महान रहस्यं!

खंड १

जीवनाचं महान रहस्य

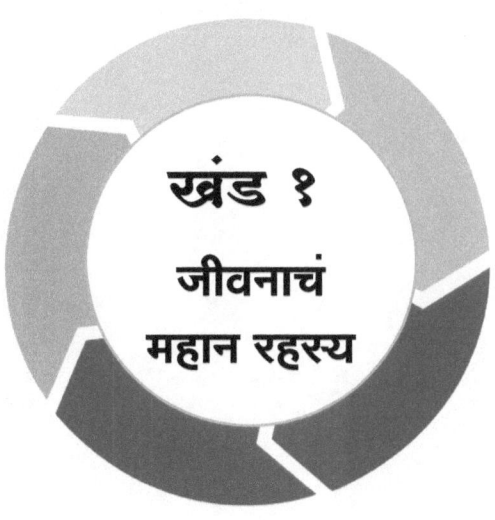

अध्याय ४

पहिलं महान रहस्य

जीवनाच्या समस्यांवर उपाय

आयुष्यात अनेक समस्या आहेत, या गोष्टीवर तुमचा विश्वास आहे का? परंतु तुम्हाला जर सांगण्यात आलं, 'जीवनात अनेक समस्या नाहीतच' तर या विधानावर तुमचा कितपत विश्वास बसेल? आपण विश्वास ठेवा अगर ठेवू नका. पण वास्तव हे आहे, की जीवनात अनेक नव्हे, तर एकच समस्या आहे. आणि आश्चर्य म्हणजे जीवनाचं पहिलं महान रहस्यदेखील हेच आहे, 'वास्तवात घटनांना समस्या समजणं हीच एकमात्र समस्या आहे' ही गोष्ट लक्षात येताच इतर समस्या आपोआपच विलीन होतील.

महानने आपल्या घरात फरशीवर हेच रहस्य दर्शवलं होतं. काळे आणि सफेद चौकोन म्हणजे जीवनात येणाऱ्या सुख-दुःखाच्या घटनांचे प्रतीक होते. या फरशीवर चालताना आपला तोल जाऊन आपण पडू नये, ही बाब हे रहस्य आपल्याला सांगतं.

मात्र जीवनाच्या या रहस्याप्रति अज्ञान असल्याने मनुष्य आपल्या जीवनात होणाऱ्या प्रत्येक घटनांकडे चुकीच्या दृष्टिकोनातून बघतो. परिणामी सगळीकडे त्याला समस्याच जाणवू लागतात. जेणेकरून तो स्वतःला लाचार, अगतिक समजून मद्यपान किंवा व्यसनात झोकून देतो, परिस्थितीपासून पलायन करतो. पण त्यावेळी तो स्वतःचं किती नुकसान करून घेतोय, हे त्याला काही केल्या दिसत नाही. व्यसनांच्या आहारी

जाऊन त्याला काही वेळ दिलासा तर मिळतो, पण समस्या मात्र तशीच गंभीर राहते. म्हणून सर्वप्रथम समस्येला समस्या समजणंच बंद करायला हवं. वास्तविक समस्या हा शब्द उच्चारताच समस्या दहापटीनं वाढते. याउलट समस्येला, 'विकासासाठी आव्हान' असं म्हटलं तर ती तत्काळ दहा पटीनं कमी होते.

यासाठीच समस्येला समस्या न समजता, 'विकासाचं साधन', 'विकासासाठीचं आव्हान' असं म्हणायला हवं.

उपाय आपल्याच हातात

आता आपण या समस्येवरचे उपाय जाणणार आहोत. खरंतर समस्यांवरचा उपाय तुमच्याच हाती आहे, ही गोष्ट तुम्हाला ठाऊक आहे का?

कारण कोणतीही समस्या एकटी येत नाही, तर त्यात एक उपहार (फळ), शिकवण आणि विकासाची शिडी असते. अशा प्रकारे प्रत्येक समस्येत पाच गोष्टी असतात, ज्यांचा लाभ आपण घ्यायचा आहे. १) उपाय २) फळ ३) शिडी ४) शिकवण आणि ५) आव्हान.

आपण जेव्हा घटनेला 'समस्या' मानत नाही, तेव्हा समस्त समस्या नवं रूप धारण करून तुमच्यासाठी शिडी बनतात.

अशा प्रकारे जगण्याची आणखी एक पद्धत शिकायला हवी. 'जगा परंतु शानसह खुशीत' परेशान, त्रस्त होऊन नव्हे.

आपल्या अंतर्यामी एक असं सुंदर स्थान आहे, ज्याला वेगवेगळी नावं दिली गेली आहेत, 'हृदयस्थान, तेजस्थान.' हृदयस्थानावर राहून आपल्याला खऱ्या शानमध्ये जगायचं आहे. अन्यथा नकली प्रतिष्ठेच्या आहारी जाऊन लोक कित्येक अनावश्यक खर्च करत असतात. जसं, पिकनिक, पार्टी. मग खर्च भागवण्यातच त्यांचं सगळं जीवन व्यर्थ जातं. शिवाय अनेक समस्यांचा सामना त्यांना करावा लागतो. परंतु हृदयस्थानावर राहिल्यानं आपण जे निर्णय घ्याल ते योग्यच ठरतील.

जीवनाच्या या पहिल्या रहस्यावर आपण सखोल मनन करून ते समजून घेतले तर आपल्या सर्व समस्या नष्ट होतील यात शंकाच नाही.

अध्याय ५

समस्येत उपाय, फळ, शिडी
एका हातात तीन संकेत

मनुष्यानं योग्य दृष्टिकोन बाळगला तर प्रत्येक समस्या त्याच्या विकासाचा मार्ग बनू शकते. प्रत्येक घटना त्याच्यासाठी निमित्त, यशाचं कारण बनू शकते. हाताच्या पाच बोटांद्वारे हे रहस्य आपण विस्तारपूर्वक समजून घेऊया.

पहिलं बोट - उपाय
समस्येचा उपाय समस्येतच

हाताचं पहिलं बोट, सर्वांत लहान आहे. ही करंगळी इतर बोटांप्रमाणे लगेच दिसत नाही म्हणून तिच्या सोबत उपायाची सांगड घातली आहे. याचाच अर्थ, प्रत्येक समस्येत तिचं उत्तर दडलेलं असतं... म्हणजे प्रश्नातच प्रश्नाचं उत्तर समाविष्ट असतं. प्रत्येक आजारावरचा इलाज आजारातच असतो. नियतीदेखील या गोष्टीचं प्रमाण देते.

समजा, आपण एखादं फळ खातो. परंतु काही फळं आपल्या शरीराला पचत नसल्यानं त्रास होतो. मात्र या समस्येचा उपाय त्या फळातच असतो हे आपल्याला ठाऊक नसतं. जसं, कलिंगड खाल्ल्याने जर काही त्रास होत असेल, तर त्यातील पाच-सहा बिया चावून खा. असं केल्यानं आपल्याला त्रास होणार नाही. तसंच पेरू, केळी. पण ही फळं जर आपल्याला पचत नसतील, तर पेरू सालीसकट खायला हवा.

केळीच्या सालीतील गर खाल्ल्यानं त्रास होणार नाही.

अशा प्रकारे आपण आता जे रहस्य जाणलं, ते निसर्गातही दडलेलं आहे. मग आता आपल्याला काय करायचं आहे, तर आपल्या समस्येवरचा उपाय समस्येतच शोधायचा आहे. कसं ते एका कहाणीद्वारे बघू या.

एकदा एका माणसाचा घोडा हरवला होता. म्हणून त्यानं वर्तमानपत्रात फोटोसह जाहिरात दिली. शिवाय 'माझा हरवलेला घोडा शोधून देणाऱ्याला पाच हजार रुपयांचं बक्षीस दिलं जाईल' असं घोषित केलं. कित्येक लोक तो घोडा शोधण्यासाठी वणवण भटकत राहिले. परंतु त्यांना काही केल्या घोडा सापडला नाही. अखेर एका लहान मुलाला तो घोडा शोधण्यात यश मिळालं.

त्यावर घोड्याचा मालक अतिशय खुश झाला. त्याचबरोबर त्याला आश्चर्यही वाटलं. त्यानं त्या मुलाला विचारलं, "कित्येक लोक घोडा शोधण्यासाठी गेले, पण त्यांना तो मिळाला नाही आणि तू इतका लहान असूनही तो घोडा कसा शोधलास?" मालकाची उत्सुकता बघून त्या मुलानं रहस्य उलगडलं, "मी विचार केला, जर मी घोडा असतो, तर कुठे गेलो असतो बरं? बस तेथेच मी गेलो आणि पाहिलं तर घोडा त्या ठिकाणीच उभा होता!"

अशा प्रकारे ही कहाणी एक गहन संकेत देते. एखाद्याच्या दृष्टिकोनातून विचार करणं, ही अत्यंत सूक्ष्म बाब आहे. एखाद्याविषयी त्याच्या शूजमध्ये जाऊन, त्याच्या भावनांचा विचार करूनच आपण त्याला समजू शकतो, की तो मनुष्य त्यावेळी कोणत्या अवस्थेत असेल, काय विचार करत असेल! एखाद्याच्या दृष्टिकोनातून विचार करणं हीदेखील एक कला आहे.

बाह्य जगात लोक नेहमीच या समस्येला सामोरं जातात. एखाद्या अपरिचित व्यक्तीशी कोणत्या विषयावर बोलावं, हेच त्यांना समजत नाही. परंतु या समस्येवर उपाय म्हणजे तुमच्या समोर असलेल्या व्यक्तीच्या जागी आपण स्वतः आहोत असं समजायचं. मग तो माणूस काय खातोपितो, कोणतं काम करतो, त्याच्या समस्या काय असतील, याचा विचार करून त्याच्याशी संवाद साधायचा. अशा प्रकारे समोरच्या व्यक्तीविषयी काही माहिती मिळताच त्याच्याशी वार्तालाप करणं आपल्याला कठीण वाटणार नाही.

अगदी अशाच प्रकारे आपण जर समस्येवर उपाय शोधायला शिकलात, तर

कोणतीही समस्या अधिक काळ आपल्याला त्रस्त करू शकणार नाही.

दुसरं बोट - फळ
उपहाराचा शोध

हाताचं दुसरं बोट आहे अनामिका, ज्यात अंगठी घातली जाते. हे बोट आपल्याला समस्येसोबत संलग्न असलेल्या फळाचं स्मरण देईल. आपण जे काही कर्म करतो, त्याच्यासोबत फळ जोडलेलंच असतं. याचाच अर्थ, समस्या आपल्या सोबत जे घेऊन येते तो असतो उपहार! परंतु अज्ञानवश मनुष्य त्या समस्येनं त्रस्त होऊन आयुष्यभर रडत राहतो, ही गोष्ट वेगळी. मनुष्याकडे जर समस्येचं निराकरण करण्याचं ज्ञान असतं, तर त्यात त्याला निश्चितच उपहाराचं दर्शन घडलं असतं.

मनुष्य आयुष्यात केवळ समस्याच पाहतो. मात्र त्यांचं निराकरण झाल्यानंतर त्याचं विश्लेषण करत नाही. जसं, एखाद्याच्या नातेवाइकाचा मृत्यू... मित्राचं आजारपण... प्रमोशनची संधी निसटणं... नोकरीतून काढून टाकणं... मुलाचं परीक्षेतील अपयश... इत्यादी. अशा घटनांकडे मनुष्यानं जर मागे वळून पाहिलं, त्यावर मनन केलं, तर त्याच्या लक्षात येईल, ज्या घटनांना तो समस्या समजत होता, वास्तवात त्या तर काही उपहार देऊन गेलेल्या असतात. शिवाय मनन केल्यानं नियतीविषयी आणखी एक गहन गोष्ट जी ध्यानात येते, ती म्हणजे सर्वकाही उत्तमरीत्या चाललं आहे. परंतु मनुष्य मात्र निरर्थक समस्येत गुंतला जातो. ज्या लोकांच्या आयुष्यात समस्याच आल्या नाहीत, ते बुद्धू, कोरडे पाषाणच राहतात. परंतु ज्यांच्या जीवनात समस्या येतात, त्यांचा विकास होतो, प्रगती होते. जसं, वादळ वाऱ्याशी टक्कर दिल्यानं झाडंझुडपं मजबूत बनतात. पण ज्यांना वादळांना तोंड देण्याची संधीच मिळत नाही, अशी रोपटी मोठे वृक्ष झाल्यानंतरही छोटंसं वादळ येताच उन्मळून पडतात. मात्र अनेकदा वादळरूपी समस्यांचा सामना केल्यानं काही झाडं इतकी मजबूत होतात, की कितीही प्रचंड वादळ आलं तरीही तग धरून राहतात. त्यांच्यावर कुठलाही परिणाम होत नाही. म्हणूनच म्हटलंय, 'समस्येसोबत एक उपहारही मिळतो.'

यासाठी आपल्या जीवनात जेव्हा समस्या येईल, तेव्हा स्वतःला विचारा, 'आता मला कोणता उपहार मिळणार आहे?' कारण उपहार तर समस्येतच सामावलेला असतो. केवळ तो पाहण्याची दृष्टी आपल्याकडे असायला हवी. सत्य बघण्याचा हाच दृष्टिकोन आपल्याला पहिलं रहस्य शिकवतो. ही कला आपण आत्मसात करताच, कुठलीही समस्या विलीन करणं आपल्यासाठी सहज सोपं होईल.

मोठं बोट - शिडी
आपली समस्या म्हणजे मैलाचा दगड

आपलं तिसरं म्हणजे मधलं बोट प्रत्येक समस्येबाबत शिडीकडेच निर्देश करतं. जसा स्विमिंगपूलमध्ये सूर मारण्यासाठी स्प्रिंगबोर्ड असतो. तुम्हाला जितका दूरवर सूर मारायचा असेल, तितक्या उंचीवर हा स्प्रिंगबोर्ड बनवला जातो. तेथे येणाऱ्या पोहणाऱ्यांची क्षमता किती आहे, हे बघूनच स्प्रिंगबोर्डची उंची ठरवली जाते. अगदी याचप्रमाणे प्रत्येक समस्येमध्ये एक शिडी असते आणि तिचा उपयोग आपण पुढे जाण्यासाठी, आपला विकास करण्यासाठी करू शकतो. समस्येला विकासाची शिडी बनवून आपण जर अभिव्यक्तीचं शिखर गाठू शकलो, लक्ष्याप्रत पोहोचलो, तर प्रत्येक समस्या म्हणजे आपल्यासाठी एक संधी ठरेल. शिवाय यशाचं शिखर आपल्याला समस्यांच्या माध्यमातूनच गाठता येईल. मग समस्यांना बाधा न समजता त्यांना स्टेपिंग स्टोन, स्प्रिंगबोर्ड बनवून विकासाच्या उत्तुंग शिखराकडे आपण सहजतेनं झेप घेऊ शकाल. म्हणून समस्यांना संधी समजा. कारण त्याचवेळी आपण मनन करू शकतो. अन्यथा, थांबणं आपल्याला माहीतच नसतं. अशा प्रकारे घाण्याच्या बैलाप्रमाणे आपलं आयुष्य व्यतीत होत असतं. मात्र समस्या येतात, त्या आपल्याला जागृत करण्यासाठी.

समस्या आपल्यासाठी असा दगड आहे, ज्यावर पाय ठेवून आपण चिखलरूपी मायेतून बाहेर येऊ शकतो. समस्यांकडे योग्य दृष्टीनं बघितलं तर आपण त्यांना धन्यवादच द्याल आणि म्हणाल, "बरं झालं या समस्या माझ्या आयुष्यात आल्या, अन्यथा माझा विकास कसा झाला असता?" उदाहरणार्थ, भांडणं, नोकरी जाणं, बदली होणं, आजारी पडणं इत्यादी. "मी तर अज्ञानवश इतरांसाठी प्रार्थना करणं, लोकांना मदत करणं, मनन-श्रवण करणं, सत्यमार्गावर चालणं बंदच करणार होतो. परंतु यापुढे मी सजग राहून समस्यांकडे योग्य दृष्टिकोनातून पाहून त्यांना शिडी बनवेन." जीवनात समस्या आपल्याला जागृत ठेवण्यासाठी आवश्यक आहेत. अन्यथा आपण यंत्राप्रमाणे जीवन जगाल आणि खरं जगणं म्हणजे काय असतं, हेच विसरून जाल.

अध्याय ६

समस्येत दडलेली शिकवण आणि आव्हान

हाताचं एक बोट आणि अंगठा

चौथं बोट-शिकवण
ट्यूशन टीचरकडून शिका

समस्येतून मुक्त होण्यासाठी हाताच्या चौथ्या बोटाकडे संकेत केला जातो. कोणतीही आपत्ती, संकट म्हणजे दलदल, चिखल नसून ट्यूशन टीचर आहे. प्रत्येक समस्येमध्ये काही तरी बोध दडलेलाच असतो.

प्रत्येक महापुरुष, शिक्षकांनी ज्ञान देताना या तर्जनीचाच उपयोग केल्याचं आढळतं. याचाच अर्थ, 'शिकवण' हेच या बोटाचं प्रतीक आहे. आपणही या तर्जनीद्वारे समस्येसंबंधी मिळणाऱ्या शिकवणीतून बोध प्राप्त करायचा आहे.

एखाद्या मनुष्याला जर पैशाची अडचण आली असेल, तर ती आर्थिक चणचण पुन्हा येऊ नये म्हणून तो बचतीची सवय अंगी बाणवतो. मग आयुष्यात त्याला ती अडचण पुन्हा कधी भासत नाही. अशा प्रकारे तो कायमस्वरूपी त्या समस्येतून मुक्त होतो. तुम्हीही खर्च आणि बचत यांचं संतुलन करण्याची कला शिकला आहात का?

एखाद्याला स्वास्थ्याविषयी समस्या आली आणि त्यावेळी जर त्यानं व्यायाम करण्याचं ठरवलं तर काही उपयोग होईल का? म्हणून तुम्हीदेखील व्यायाम करण्याचं महत्त्व जाणायला हवं.

काही लोकांची समस्या ही असते, की ते उत्साहानं कामाची सुरुवात तर करतात, पण त्यांची सर्व कामं अर्धवट राहतात. या समस्येतून ते वेळेचं व्यवस्थापन (टाईम मॅनेजमेंट) कसं करू शकतात, हे त्यांनी शिकायला हवं. त्यामुळे त्यांची कामं वेळेवर होतील. शिवाय वक्तशीरपणा, नियोजनबद्ध कामामुळे तो आयुष्यभर कार्यसाफल्याचा आनंद घेईल. तुम्हीदेखील वेळेचं नियोजन कसं करायचं, हे शिकला आहात का?

काही लोकांच्या नातेसंबंधामध्ये गैरसमज निर्माण झाल्याने परस्परांमध्ये विश्वास राहत नाही, तणाव निर्माण होतो. अशा वेळी त्यांनी संवाद साधण्याची कला आत्मसात केली; कम्युनिकेशनचं महत्त्व समजून घेतलं तर नात्यांमध्ये आत्मीयता, माधुर्य निर्माण होईल. नात्यातील दुरावा आपल्याला मानवी सौहार्द, लोकव्यवहार कसा केला जावा, हे शिकवतो. नातेसंबंधात गैरसमज निर्माण का होतात, याचं कारण आपण जाणलं आहे? नाती दृढ कशी होतील, ही कला आपण आत्मसात केलीय? याचं उत्तर जर 'नाही' असं असेल, तर असे प्रसंग आपल्या आयुष्यात वारंवार येत राहतील.

एका मनुष्याला कुठलीही वस्तू, घराची किल्ली वेळेवर सापडत नसे. या वस्तू शोधण्यातच त्याचा सगळा वेळ वाया जात असे. मग या समस्येतून मुक्त होण्यासाठी योग्य जागी वस्तू ठेवण्याचं महत्त्व त्यानं समजून घेतलं. त्यासाठी घर, ऑफिस, व्यवसायाची जागा अशा सर्व ठिकाणी आवश्यक वस्तू, महत्त्वाची कागदपत्रं ठरावीक जागी ठेवण्याची व्यवस्था त्यानं केली. पण या वस्तू हरवण्याच्या, शोधण्याच्या समस्येतून बोध घेऊन तुम्ही ही शिकवण जीवनात आत्मसात केलीय? याचं उत्तर जर 'हो' असेल तर तुमच्या आयुष्यातील अमूल्य वेळेची बचत होईल. अन्यथा वस्तू शोधण्यातच तुमचा वेळ निरर्थक जाईल.

काही लोकांची समस्या अशी असते, की त्यांना छान-छान कल्पना सुचतात पण नंतर त्यांना त्या आठवतच नाहीत. त्यामुळे त्यांचं खूप नुकसान होतं. ऑफिसमध्ये वेळेवर त्या कल्पना न आठवल्यानं त्यांची प्रगती होत नाही. या विस्मरणाच्या सवयीनं त्यांनी जर हा बोध घेतला, की 'मी आता लिहिण्याची सवय स्वत:ला लावणार आहे' तर आयुष्यभर तो रचनात्मक, सृजनात्मक कल्पनांचा आनंद घेईल. तुम्ही चांगल्या कल्पना, सुविचार, स्वत:चं लक्ष्य शब्दात लिहून ठेवता का?

काही विद्यार्थ्यांना परीक्षा जवळ येताच तणाव येतो. यावरून वेळीच अभ्यास करण्याची कला त्यांनी शिकायला हवी. अभ्यासाची टाळाटाळ करता कामा नये. ही गोष्ट जर ते शिकले तर परीक्षेच्या वेळी तणावमुक्त राहतील. कुठलंही काम वेळेवर करून ते पूर्ण करण्याची सवय आपण स्वतःला लावली आहे का? नसेल तर आपण तणावमुक्त कसे राहू शकणार?

काही व्यक्तींना वारंवार नैराश्याचे झटके येतात. त्यापासून मुक्त होण्यासाठी त्यांनी ध्यान कसं करावं? स्वतःला कसं जाणावं? भक्तीत, तणाव, समस्या आणि चिंतेचं समर्पण कसं करावं? हे तंत्र शिकायला हवं. असं केल्यानं त्यांचं अवघं आयुष्य भक्तीच्या आनंदात व्यतीत होईल.

मोठा अंगठा-मोठं आव्हान

आपण जेव्हा एखादा खेळ खेळतो, तेव्हा 'या दोन रेषांमध्येच का खेळायचं? या खेळात इतक्या मर्यादा, लिमिटेशन का आहेत?' असा विचार कधीही करत नाही. याचं कारण म्हणजे खेळात ज्या सीमारेषा दिलेल्या असतात, त्या खरंतर तो खेळ आकर्षक, रोचक बनवा यासाठी असतात.

त्याचप्रमाणे या शरीराशी आपली सांगड का घातली गेलीय? कारण ही मर्यादा पृथ्वीवरच्या खेळाचा नियम आहे, जे आपल्यासाठी आव्हान आहे. शिवाय हे आव्हान प्रापंचिक खेळाचा आनंद घेण्यासाठी असून आपल्याला विश्वातील एक वैशिष्ट्यपूर्ण बाब जाणायची आहे. ती जाणताच आपण या खेळात निष्णात, एक्स्पर्ट झालात असा याचा अर्थ होईल. पैशाचा अभाव, शारीरिक वेदना, लोकांचे टोमणे, सामर्थ्याचा अभाव, वेळेचा अभाव, उदरनिर्वाहासाठी उद्योगधंदा करणे या सर्व गोष्टी करत असताना आपण जर ही अभिव्यक्ती करत असाल तर यशस्वी खेळाडू म्हणून ओळखले जाल. जीवनरूपी खेळात यशस्वी क्रीडापटू व्हायचं असेल तर आपल्या मर्यादेला, आव्हान म्हणून स्वीकारायला हवं.

जसं, आपण कॅरम खेळताना दोन रेषांमध्ये स्ट्रायकर ठेवून एकेक सोंगटी घेतो, त्याचप्रमाणे याच शरीरात राहून आपल्याला आव्हान स्वीकारायचं आहे, प्राविण्य मिळवायचं आहे. आपण ही सुरुवात केल्यानंतर आधी थोडा त्रास होईल, अनेक अडचणी येतील. असं करणं अगदी अशक्य आहे, हेही वाटेल. परंतु जसजसे आपण प्रयत्न करत जाल, तसतसं प्रत्येक आव्हान आपल्या विकासाची शिडी बनेल.

विश्वात कितीतरी लोक विकलांग आहेत. कुणी अंध आहेत तर कोणाला हात नाहीत. कुणाला ऐकायला येत नाही तर कोणी मूक आहे. अशा प्रकारे त्यांना खूप अडचणींचा सामना करावा लागतो. मात्र या अडचणी, हे त्रास त्यांच्यासाठी आव्हान आहे, याचं भानही त्यांनी ठेवायला हवं.

ज्यांना कोणत्याही समस्या नाहीत, त्यांच्यासाठी खरंतर हे वरदानच आहे. ते जर या सर्व त्रासांतून मुक्त असतील तर त्यांनी इतरांचे त्रास दूर करण्यासाठी साहाय्य करायला हवं. ज्यांना समस्या नाहीत अशा लोकांनी आपल्यावर आता अधिक जबाबदारी आहे, ही समज अंगीकारणं आवश्यक आहे. शिवाय समस्याग्रस्त लोकांना त्यातून बाहेर काढणं महत्त्वाचं आहे. म्हणून ईश्वराला धन्यवाद द्या आणि नव्या आव्हानांचा स्वीकार करा.

प्रत्येक समस्येकडे जर आपल्याला संधीच्या रूपात बघता आलं तर आपली जबाबदारी ओळखून, आव्हान स्वीकारून, बोध घेत, शिडी चढत आपण विकासाचं शिखर गाठाल. शिवाय प्रत्येक समस्येवरचा उपाय शोधून फळही प्राप्त कराल. तेव्हा कुठलीही समस्या तुम्हाला समस्या वाटणार नाही. मग मनुष्याची एकमात्र समस्या, 'घटनेला समस्या समजणं' हीदेखील विलीन होईल.

समस्येचा उपाय तुमच्याच हाती

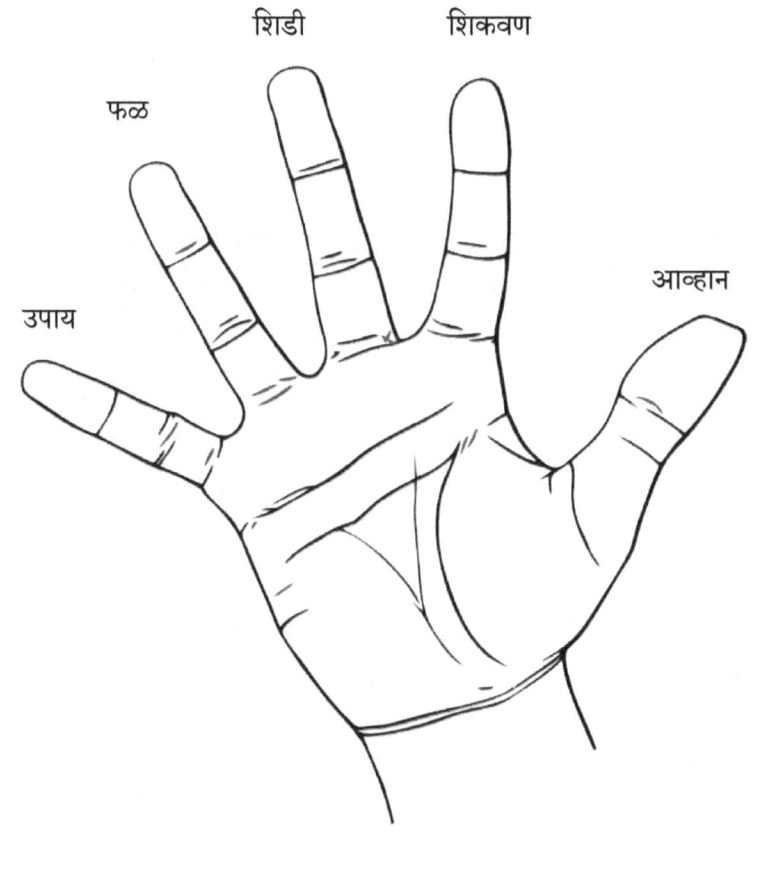

अध्याय ७

समस्येत शांती प्राप्त करण्याची कला

काही करू नका आणि न करणंही थांबवा

समस्यांचं निराकरण करण्यासाठी मनुष्य चांगल्या मन:स्थितीत असायला हवा. अन्यथा तो आपल्या विचारांवर नियंत्रण ठेवू शकत नाही. मनात जर विचारांचं काहूर माजलं असेल, वादळ घोंघावत असेल तर कुठलाही उपाय, उपहार, शिडी, आव्हान, निमित्त बनू शकत नाही. एवढंच काय, पण मनुष्य वर्तमानातही राहू शकत नाही.

विचाररूपी वादळाची धूळ मनुष्याच्या मनाचा आरसा धूसर करते. अशा वेळी वादळ शमवण्यासाठी योग्य तितका वेळ देणंही आवश्यक ठरतं. तेव्हा तुम्ही काही करायचं नाही आणि न करणंही करायचं नाही. कसं ते पुढील उदाहरणाद्वारे समजून घेऊ या.

समुद्रात वादळ आल्यानंतर जहाज पुढे प्रवास करण्यास जेव्हा असमर्थ ठरतं, तेव्हा त्या जहाजाचा खलाशी तेथेच नांगर टाकतो. शिवाय वादळ शमेपर्यंतच या नांगराचा वापर करण्यात येतो. कारण ही मधली वेळ काहीही न करण्याची असते हे खलाशी योग्यप्रकारे जाणतो. अशा वेळी प्रवास केल्याने जहाज बुडण्याचा धोका असतो. म्हणून **'समस्यांचं वादळ आल्यानंतर आपला विश्वास जर डळमळीत होऊ लागला तर काही काळ निष्क्रिय राहण्याचा, काही न करण्याचा निर्णय सर्वोत्तम ठरतो.'**

अशा वेळी विचारांकडे केवळ साक्षीभावनेनं बघायला हवं. विचारांच्या लाटांकडे अनासक्त, तटस्थ वृत्तीने बघायला हवं. असं बघण्याने नकारात्मक विचारांची शक्ती कमकुवत होऊन हरवलेला विश्वास पुन्हा जागृत होतो. साक्षीभाव म्हणजे 'काहीही न करण्याचं स्थान, तेजस्थान!'

या स्थानातून घटनेकडे बघितल्याने नकारात्मक विचारांची शक्ती क्षीण होत जाते. डळमळलेला विश्वास पुन्हा दृढ होऊ लागतो, अन्यथा एरवी मन ज्या विचारांमागे धावतं, त्यांना सोडायलाच ते तयार नसतं, त्यांच्याशीच आसक्त होतं.

मनाची ही आसक्ती तोडण्यासाठीच अनेक प्रकारच्या ध्यान प्रणालींची निर्मिती झाली. अनेक प्रकारच्या आपत्ती, अडीअडचणी, समस्या यांवरून मनुष्याचं लक्ष दूर व्हावं हा त्या मागचा उद्देश! अशा वेळी आपण कोणताही ध्यानविधी करणं श्रेयस्कर. जेणेकरून त्याक्षणी तरी तुम्ही समस्येतून मुक्त व्हाल. त्यानंतर मात्र, आता तुम्ही काय करायचं? कोणतं ध्यान करू शकता? याचा विचार करून तुम्हाला जे ध्यान येतं ते करायला लगेच तुम्ही करायला सुरुवात करावी. जसं, आपले डोळे बंद करून श्वास घेण्याची आणि सोडण्याची प्रक्रिया जाणत राहा. आपल्या विचारांना ढग समजून ते येताना-जाताना बघा. स्वत:ला प्रश्न विचारा, 'ही समस्या कुणाला आली आहे? कोणत्या समस्येपासून मी लक्ष दूर करू शकत नाही? शरीराच्या कोणत्या भागात वेदना, तणाव जाणवताहेत? कुठे धडधड होत आहे? कोणते तरंग त्रस्त करत आहेत?'

अशा वेळी शरीर थोडं ताणून मग शिथील करा. मोठा श्वास घ्या आणि हळूहळू सोडा. शवासन करा, थंड पाणी प्या, व्यायाम करा. आपल्या सहज मनाला रचनात्मक कार्यात गुंतवा, मुलांसोबत खेळा. अशा प्रकारे आपण आपलं लक्ष समस्येच्या विचारांपासून दूर करू शकाल.

ध्यान (मेडिटेशन) म्हणजे काही न करणं आणि न करणंही करायचं नाही. **'मनातील विचाररूपी वादळ शांत करण्याचं रामबाण औषध म्हणजे ध्यान! ध्यान करण्याची सवय लागताच मनुष्याचं मन कठीण समस्येच्या वेळीदेखील आपोआपच ध्यानावस्थेत जातं.'** या सवयीनं त्याच्याकडून कित्येक चुका होणं टळतं. म्हणून 'काही न करणं' म्हणजे 'काहीच करायचं नाही' असं समजू नका तर काही न करणं म्हणजे सर्व काही करण्यासारखंच आहे.

ध्यानविधींचा अभ्यास ध्यानाविषयी पुस्तकं वाचूनही करता येतो. जेणेकरून श्वासावर लक्ष कसं ठेवावं? आपल्या अवती-भोवती होणारे सूक्ष्म आवाज कसे

ओळखावे? एखाद्या विशिष्ट समस्येवरून आपलं लक्ष दुसरीकडे कसं वेधता येईल? या क्रिया करतानाच आपल्याला जाणवेल, काही क्षणांकरिता का असेना आपण तणावमुक्त झालोय! पुढे जाऊन स्थायी उत्तरही शोधायचं आहे. शिवाय आपली समजही प्रगल्भ करायची आहे. समस्यांमध्ये तणाव का उत्पन्न होतो? त्यातून आपल्याला मुक्त कसं होता येईल?

मंत्रोच्चाराने समस्येचं समाधान

तुमच्या जीवनात जेव्हा एखादी समस्या येईल, तेव्हा तोंडाने एखाद्या मंत्राचं उच्चारण करा. हा मंत्र जोराने म्हणायचा नसेल, तर मनातल्या मनात म्हणा पण जीभ अवश्य हलवा. मंत्र म्हणजे पवित्र शब्द! म्हणून ईश्वराचं नाव, गुरूद्वारे मिळालेलं सत्नाम, एखाद्या धार्मिक पुस्तकातील शब्द... मंत्र समजून उच्चारण करत राहा. समस्या येण्यापूर्वीच मंत्र जपाची ही सवय अंगीकारायला हवी. जसं, मृत्यूपूर्वीच जीवनाचं लक्ष्य प्राप्त करणं आवश्यक असतं. संधी मिळण्याआधीच तिचा फायदा घ्यायचा असतो. वार्धक्य येण्यापूर्वीच महान कार्यं करायची असतात. समस्या येते तेव्हा ही सवय आपल्याला अकंप ठेवते. मंत्राच्या नियमित अभ्यासानं आपल्या अंतर्मनावर त्याचा खोलवर प्रभाव पडतो. ज्यायोगे समस्येच्या तणावातून आपल्याला मुक्ती तर मिळतेच शिवाय मंत्रोच्चारणानं होणारे लाभही मिळतात.

समस्या येताच ईश्वराचं किंवा गुरुनामाचं स्मरण करा किंवा त्यांचा चेहरा डोळ्यांसमोर आणा. असा प्रयोग केल्यानं समस्येचा तणाव दूर होऊन विश्वासाची शक्ती जागृत होईल. या विश्वासाच्या ऊर्जेने विश्वातील कठीण कार्य, गुंतागुंतीच्या समस्याही विलीन होतात. जीवनात ज्यांना आपण आदर्श मानतो, ते गुरू असो किंवा ईश्वराचा चेहरा, तो समोर येताच आपल्यात भक्ती जागृत होईल. मग समस्येचा तणाव यत्किंचितही जाणवणार नाही. शिवाय भक्तीच्या शक्तीने सगळ्या दृश्य-अदृश्य शक्ती आपल्याला साहाय्य करतील, ते वेगळंच!

अध्याय
८

दुसरं रहस्य

ध्यानाचं गुपित

महानच्या घराच्या तीन खिडक्या, जीवनाचं दुसरं महान रहस्य प्रकट करतं. हे रहस्य दर्शवतं, **'ध्यानाचं ध्यान हे महाध्यान आहे आणि महाध्यानाचं ध्यान हा ईश्वरप्राप्तीचा मार्ग आहे.'** शिवाय हे रहस्य वर्तमानाशी निगडित आहे. आपण ध्यानाचं ध्यान, भूतकाळ किंवा भविष्यकाळात जाऊन करू शकता का? नाही. केवळ वर्तमानात राहूनच आपण हे ध्यान करू शकता.

महानच्या घरातील तीन खिडक्यांपैकी पहिल्या खिडकीवर भूत, तर दुसऱ्या खिडकीवर अकल आणि तिसऱ्या खिडकीवर भविष्य असं लिहिलंय.

वर्तमानाचं ध्यान अशी खिडकी आहे, जी खुली असून ती ऑक्सिजन देते आणि त्यावर 'अ-कल' असं लिहिलंय. अ-कल म्हणजे जेथे काल ही नाही आणि उद्याही नसतो. दोन्ही कल-कलपासून मुक्ती... (जसं, अहिंसेचा अर्थ होतो, अ-हिं-सा म्हणजे जेथे हिंसा नाहीच) अगदी याचप्रमाणे वर्तमानाच्या खिडकीवर भविष्याची किल्ली टांगलेली आहे. वर्तमानात जर आपण, 'भूतकाळाच्या चुकीतून काय शिकलो, याचा विचार केला तरच भूतकाळाचा उपयोग होईल. त्याचप्रमाणे 'आज मी चुकीचं काय केलं', हा प्रश्न स्वत:ला विचारताच, आपण ती चूक पुन्हा करणार नाही. शिवाय

आपल्यासमोर सुंदर भविष्य साकारेल हे निश्चित!

भविष्य आणि भूतकाळाचा वापर वर्तमानातच होतो. म्हणून वर्तमानात जर काम योग्य प्रकारे झालं तर आपलं भविष्य उज्ज्वल बनेल, यात शंकाच नाही.

त्याचप्रमाणे भूतकाळाचाही उपयोग करून आपल्याला त्यातूनही मुक्त व्हायचं आहे. जसं, काही पेन असे असतात, की त्यातील रिफील जर संपली तर दुसरी टाकता येत नाही. तो पेन फेकावाच लागतो. भूतकाळही अगदी असाच आहे. त्याचा उपयोग करून तो फेकून द्यायचा आहे. गतकाळातील चुकांमधून बोध घेऊन तो पूर्णपणे विसरून जायचा आहे. कारण तो आता मृत झालाय म्हणून!

तिसरी खिडकी आहे भविष्यकाळाची, जी बंद आहे. तिच्यावर भलं मोठ्ठं कुलूप लावलेलं आहे. त्या कुलपाला किल्लीसाठी एक आरपार छिद्र आहे. ते पाहून काही लोकांना वाटतं, भविष्याच्या खिडकीच्या कुलपातून कधीही प्राणवायू मिळत नाही. तरीही मनुष्य तेथूनच ऑक्सिजन घेण्याचा अयशस्वी प्रयत्न करतो. खरंतर ही त्याची शुद्ध फसवणूकच असते. आपल्या दुःखावरचा उपाय तो भविष्यात शोधण्याचा प्रयत्न करतो. पण सुंदर भविष्याची निर्मिती वर्तमानातच होते, हे त्याला ठाऊक नसतं. अशा प्रकारे काही लोक संकटग्रस्त, निराश आणि तणावपूर्ण जीवन जगतात.

जसं, काही विद्यार्थी परीक्षेपूर्वी अभ्यास न केल्याने परीक्षेच्या वेळी तणावग्रस्त होतात. त्यामुळे अशी मुलं हा तणाव सहन करू शकत नसल्याने, ती शरीरहत्या (आत्महत्या) करण्यास प्रवृत्त होतात.

एखादा कर्मचारी, काम करण्याऐवजी तो त्याचे वर्तमानातील क्षण सहकाऱ्यांची चुगली करणं, निंदा-नालस्ती करणं यातच व्यर्थ दवडतो. मात्र जो कर्मचारी आपलं आजचं काम व्यवस्थितपणे पार पाडतो, त्याचं बेस्ट देतो, मन लावून काम करतो, तोच प्रगती करतो. खऱ्या अर्थाने त्यालाच यश मिळतं. याचाच अर्थ, उज्ज्वल भविष्याची किल्ली-वर्तमानाच्या क्षणातच आहे.

मनुष्यानं कायम वर्तमानात राहावं, हेच ध्यानाचं मूळ लक्ष्य आहे. म्हणून आपल्या ध्यानावर ध्यान करा. आपलं ध्यान नेहमी कुठे-कुठे भरकटतं, यावर लक्ष देऊन त्याला प्रशिक्षण द्या. कारण आपण जेव्हा ध्यानाचं ध्यान कराल, तेव्हाच महाध्यानाशी आपला संपर्क होऊ शकेल आणि हाच सत्यप्राप्तीचा, ईश्वरप्राप्तीचा मार्ग आहे.

ध्यानाचं ध्यान मनाचं स्नान आहे आणि महाध्यान मनुष्याचा धर्म! या स्नानाने

माणसाचं मन अकंप, निर्मळ आणि शुद्ध बनतं. ध्यानाच्या प्रशिक्षणाने मनाच्या सगळ्या वृत्ती, शंका-कुशंका आणि धारणा नष्ट होतात.

आता आपण ध्यानाला नवी दिशा देऊन ध्यानाची ए.बी.सी.डी. समजून घेऊ या.

भूरालाल नावाचा मनुष्य एकदा त्याच्या गुरूंना विचारतो, 'गुरुजी, मी ध्यान करताना सिगारेट पिऊ शकतो का?' यावर गुरुजी म्हणतात, 'मुळीच नाही. ध्यान करताना सिगारेट पिण्याची परवानगी मी तुला देऊ शकत नाही.' दुसऱ्या दिवशी भूरालाल पुन्हा तोच प्रश्न गुरुजींना वेगळ्या प्रकारे विचारतो, 'गुरुजी, मी जेव्हा-केव्हा सिगारेट पितो, तेव्हा ध्यान करू शकतो का?' यावर गुरुजी म्हणतात, 'ठीक आहे, त्यावेळी तू नक्कीच ध्यान करू शकतोस.'

पाहिलंत, सिगारेटच्या व्यसनापायी भूरालाल स्वतःच्या गुरूंनाही किती चलाखीने प्रश्न विचारतोय ते! पण आपण सर्व जाणता, की ध्यानात कोणत्याही प्रकारची चलाखी नव्हे तर दिशा आणि योग्य समजेची आवश्यकता आहे.

गुरू आपल्याला ध्यानात दीक्षा तर देतातच त्याचप्रमाणे दिशाही देतात. आपल्या ध्यानाला जर दिशा मिळाली, तर आपण खुल्या डोळ्यांनी म्हणजे सांसारिक कार्य करत असतानाही ध्यान करू शकाल.

ध्यानाच्या या प्रवासात अधून-मधून ध्यानाचे वेगवेगळे टप्पे पार करावे लागतात. त्यामुळे, 'सध्या आपली अवस्था कशी आहे' हे समजेल. कारण या मार्गदर्शनाने 'ध्यानाची डिक्शनरी' गवसेल. शिवाय त्याप्रमाणे आपल्याला इंग्रजी वर्णमालेनुसार म्हणजे ए.बी.सी.डी... अशा अक्षरांसह ज्ञान दिलं जाईल. अशा डिक्शनरीद्वारे ध्यान करणं आपल्यासाठी सहज, सुलभ होईल.

लहानपणी शाळेत असताना आपल्याकडून A to Z पर्यंतची वर्णमाला पाठ करून घेतली जात असे. शिवाय ती तुम्हाला आजही आठवते. त्याचप्रमाणे ध्यानाची ए.बी.सी.डी. तुमच्या लक्षात राहिली तर पुढचं कार्य सोपं होईल. यासाठी आपल्याला केवळ १३ गोष्टी स्मरणात ठेवून आत्मसात करायच्या आहेत. या तेरा गोष्टींपैकी काही थोड्या गोष्टी जरी जीवनात अंगीकारल्या तरी ध्यानाला नवी दिशा मिळेल. मग असंही होऊ शकतं, की त्या तेरा गोष्टीदेखील आपण आत्मसात कराल. तत्पूर्वी ध्यानात होणाऱ्या तीन चुकांप्रति आपण सजग होऊ या.

अध्याय
९

ध्यानाची डिक्शनरी

तीन प्रकारच्या चुका टाळा

जो मनुष्य ध्यानाद्वारे सत्य प्राप्तीच्या मार्गावर वाटचाल करतो, तो वाटेत कुठेतरी अडकण्याची, भरकटण्याची दाट शक्यता असते. शिवाय काही कारणांमुळे तो भयभीतही होतो. अशा वेळी त्या मनुष्यानं आपल्या गुरूंवर विश्वास ठेवून ध्यानामध्ये होणाऱ्या तीन चुकांविषयी नेहमी सजग, सतर्क राहायला हवं.

पहिली चूक - अज्ञान आणि बेहोशी

मनुष्याची सजगता कमी असली तर निव्वळ अज्ञानामुळे किंवा बेहोशीमुळे त्याची सत्यप्राप्तीची यात्रा मध्येच कुठेतरी थांबू शकते. त्यामुळे त्यानं सजग राहण्याची नितांत आवश्यकता असते. किंबहुना सत्यप्राप्तीच्या मार्गावर त्यानं सदैव सजग राहूनच अग्रेसर व्हायला हवं.

दुसरी चूक - अप्रशिक्षित मन

मनुष्य स्वतःच्या मनाला कधीच प्रशिक्षण देत नाही, ही त्याची दुसरी चूक होय. अशा वेळी त्यांचं मन अकंप, खंबीर राहू शकत नाही. त्यामुळे आपण स्वतःचं मन अकंप बनवणं गरजेचं आहे. अन्यथा लहान-सहान घटनांमध्येही मन विचलित होतं. परंतु मनाला योग्य प्रशिक्षण दिलंत, अकंप बनवलंत, तर आपली वर्तमानाची यात्रा पुढे सुरू राहाते.

तिसरी चूक - भविष्यात गुंतणं

मनुष्य बऱ्याचदा भविष्याच्या कल्पनेत गुंततो, ही त्याची तिसरी चूक आहे. म्हणूनच ध्यान करतेवेळी आपण सदैव वर्तमानातच राहून स्वदर्शन करायला हवं. प्रत्येक वेळी स्वतःला काही योग्य प्रश्न विचारा. जसं, 'मी कोण आहे? या पृथ्वीवर का आलोय?' इत्यादी.

चुका टाळण्याचे उपाय

या तिन्ही चुका टाळण्यासाठी, सर्वप्रथम तुम्ही सध्या ज्या चुका करताय, त्यांचा स्वीकार करा. स्वतःला शांत करून 'गुड मॉर्निंग पीस' म्हणत शांतीला (पीस) आमंत्रण द्या.

तुमच्या प्रत्येक येणाऱ्या-जाणाऱ्या श्वासासोबत 'स्वीकार' हा शब्द पुनःपुन्हा उच्चारा. प्रत्येक श्वासागणिक स्वतःमध्ये स्वीकार भावना आणा. हा व्यायाम शिकल्यानंतरच तुम्ही स्वतःला स्थिर करू शकाल.

जोपर्यंत मनुष्याला अशा प्रकारच्या व्यायामाचं प्रशिक्षण मिळालेलं नसतं, तोपर्यंत तो सत्याच्या प्रवासात वारंवार थांबतो. तसंच त्याचं मन प्रशिक्षित नसल्यानं भयग्रस्तही असतं. ते छोट्या-छोट्या घटनांमध्येही घाबरतं. त्यामुळे तुम्ही तुमच्या मनाला अकंप आणि निर्मळ बनवायला हवं.

तुमच्या मनात एखाद्याविषयी द्वेषाच्या, तिरस्काराच्या भावना असतील आणि तुम्ही जर त्याला क्षमा करू शकत नसाल, तर त्याचा परिणाम काय होईल बरं? जणू तुमच्या मनावर दुर्भावनांचा, दुर्विचारांचा कचरा जमा होईल. मग हीच मलिनता ध्यानात बाधा बनू लागते. शिवाय सहजपणे सुरू असणाऱ्या तुमच्या जीवनप्रवाहात अडथळा निर्माण करते. पण क्षमायाचना करताच ही मलिनता दूर होऊन तुमचं मन शुद्ध भावनेनं उजळून निघतं. इतकंच काय, पण तुमच्या अंतर्यामीच्या दुर्भावनादेखील विलीन होऊ लागतात. तुम्हाला एक प्रकारे मुक्त झाल्याची जाणीव होऊ लागते. कारण त्याच भावनांमुळे तुम्ही कर्मबंधनात जखडलेले असता. पण इतरांची क्षमा मागितल्यानं ती बंधनं सैल होऊन, तुम्ही बंधनमुक्त होऊ लागता. सर्वांना क्षमा करता-करता आणि ईश्वराची क्षमा मागता-मागता, तुमच्या अंतर्यामी एक हलकेपणा जाणवू लागतो, जो तुम्हाला ध्यान करण्यासाठी साहाय्यक ठरतो.

आता, ध्यानाच्या डिक्शनरीतून पुढील १३ गोष्टी आपण शिकणार आहोत.

यामधील काही ध्यान करण्यापूर्वी, काही ध्यानादरम्यान आणि काही ध्यानानंतर करायच्या आहेत.

ए टू झेड - ध्यानाच्या डिक्शनरीतील १३ गोष्टी

*१. ए.बी. – अनुभव, भक्ती AB

ए फॉर अनुभव, बी फॉर भक्ती. या दोन्ही गोष्टी म्हणजे जणू एका पक्ष्याचे दोन पंख! जेव्हा साधकाला हे दोन्ही पंख लाभतात, तेव्हाच तो योग्य पद्धतीनं ध्यान करून स्वतःचा खरा उद्देश साध्य करू शकतो. त्यामुळेच त्याच्यासाठी या दोन्ही गोष्टी तितक्याच महत्त्वपूर्ण आहेत. त्या मिळाल्यावर, स्वानुभव प्राप्त करण्यास आणि स्वानुभवाच्या भक्तीसाठी केल्या जाणाऱ्या ध्यानासाठी साधक स्वतःला सिद्ध करतो.

या विश्वात ज्या काही गोष्टी आहेत, जी नावं आहेत, ती सर्व 'अब (AB) मध्ये म्हणजे वर्तमानात, आत्ताच' आहेत. म्हणूनच आत्ता जे घडतंय ते पाहा, आत्ता जे ऐकू येतंय ते नीट ऐका आणि आत्ताच स्वदर्शन करा! अनुभव आणि भक्तीसह यात्रेची सुरुवात करा.

**२. बी.सी. – भूतकाळ, मिस्ड कॉल BC

बी.सी. म्हणजेच भूतकाळ, मिस्ड कॉल. जो कॉल मिस् झाला, म्हणजे जो कालावधी तुमच्या हातून निसटला, त्यालाच बी.सी. म्हटलं जातं. म्हणजेच 'बी.सी.' हा शब्द जुना काळ दर्शवण्यासाठी वापरण्यात आलाय.

जरा विचार करून पाहा बरं, 'तुम्ही जेव्हा भूतकाळाच्या तावडीतून बाहेर पडाल, मुक्त व्हाल, तेव्हा तुमचं जीवन कसं असेल?' तेव्हा नक्कीच तुमचे सर्व विचार ताजेतवाने, उत्साही आणि 'फ्रेश' असतील... तेजस्थानातून (हृदयातून) आलेले असतील. अशा वेळी ते हृदयातून प्रकटणारे विचार आणि तुमच्याकडून होणारं कार्य केवळ उत्तमच नव्हे, तर सर्वोत्तम असेल यात शंकाच नाही!

'पास्ट इज ऑलवेज डेड' असं म्हटलं जातं. मग या मृत भूतकाळाची राख तपासून, उकरून तुम्हाला काय मिळणार? त्यासाठीच भूतकाळातून बाहेर येऊन वर्तमानात राहण्याची प्रेरणा तुमच्या मनाला द्यायला हवी.

या गोष्टी लक्षात ठेवून, ध्यानादरम्यान स्वतःला भूतकाळाच्या विचारांपासून सदैव मुक्त ठेवा.

३. सी.डी. – भविष्याची शिडी CD

सी.डी. म्हणजे भविष्याच्या ज्या शिडीवर तुम्ही चढताय, त्याच शिडीनं ध्यानादरम्यान तुम्ही खालच्या पायरीवर येता कामा नये. याचाच अर्थ, ध्यानामध्ये भूतकाळातून मुक्त होणं जितकं महत्त्वाचं आहे, तितकंच भविष्याच्या कल्पनांतून मुक्त होणंही महत्त्वपूर्ण ठरतं. अशा प्रकारे तुम्ही वर्तमानात राहून, योग्य प्रकारे ध्यान करू शकाल. म्हणूनच ध्यानादरम्यान तुमच्या मनाला भविष्याच्या कल्पनेत रममाण होऊ देऊ नका.

४. ई.एफ. – इजिली फरगिव्ह EF

ई.एफ.चा अर्थ होतो, 'इजिली आस्क फरगिव्हन्स' म्हणजे 'सहजपणे क्षमा मागा.' पण आम्हीच का बरं क्षमा मागायची? असा प्रश्न तुमच्या मनात उद्भवणं साहजिक आहे. पण ध्यानादरम्यान तुमच्या मनामध्ये द्वेषाचे, तिरस्काराचे विचार येऊ नयेत म्हणून तसं करायचं आहे, हे आधी समजून घ्या.

समजा, कोणी ट्रॅफिकच्या रस्त्यानं जातंय आणि कुणीतरी तुम्हाला कट मारून जाता-जाता शिवीदेखील देऊन जातो. तेव्हा तुम्हीही मनातल्या मनात त्याच्यासाठी अपशब्द वापरता, त्याला दोष देता. परंतु तो मनुष्य शिवी देऊन केव्हाच पसार झालेला असतो आणि तुम्ही मात्र अद्यापही त्याबद्दलच विचार करून मनात कुढत बसता. अशा घटनेमध्ये दोष त्या मनुष्याचा नसून, निसर्गानंच तुमची शिवी तुमच्यापर्यंत पोहोचवली, हे समजून घ्यायला हवं. खरंतर ते तुमचंच पार्सल होतं. कारण मनुष्याकडून झालेल्या काही कर्मांमुळेच, त्याच्या जीवनात घटना घडत असतात, पण हे त्याच्या लक्षात येत नाही.

समजा, कोणी तुम्हाला पार्सलमधून शिवी पाठवली, तर तुम्ही नेमकं काय करता? ते पार्सल कसं स्वीकारता? त्यावेळी तुम्ही कोणत्या भावनांचं बीज त्यात रुजवता? तुम्ही परत तसाच तर प्रतिसाद देत नाहीये ना...? तुम्हीदेखील सुडाच्या भावनेनं परत त्याला शिव्या देताय का? खरंतर तुम्ही ठरवून त्याविषयी आश्चर्य व्यक्त करू शकला असता – 'अरेच्चा! त्या मनुष्याला मी ओळखतही नाही आणि तो मला शिवी देऊन गेला! बहुतेक माझीच एखादी शिवी त्याच्याकडे राहिली असावी. पण ते माझ्या लक्षात नव्हतं इतकंच! तीच आज मला परत मिळालीये.' अशा प्रकारची समज तुमच्याकडे असेल, तर अशा प्रसंगी तुम्ही निश्चितच शांत राहाल. अन्यथा मनातल्या मनात आणखी शिव्या देऊन तुम्ही पुन्हा कर्माचं एक नवं खातं उघडाल.

समजा, ट्रॅफिकमध्ये शिवीगाळ करणाऱ्या मनुष्याविषयी तुमच्या मनात एखादा चुकीचा विचार किंवा अपशब्द आले. परंतु आता तुम्ही सजग असल्यानं, 'चला! प्रथम या घटनेचा स्वीकार करूया' असं म्हणून त्याची क्षमा मागून, त्यालाही क्षमा करा. वास्तविक, त्यावेळी तुमच्या मनाला खूप वेदना होत असतील, द्वेषाचा भडका उडालेला असेल, परंतु 'तो मनुष्य माझीच गोष्ट माझ्यापर्यंत पोहोचवण्यासाठी निमित्त बनलाय. त्यासाठी मी त्याची क्षमा मागतो, जेणेकरून सर्व हिशेब संपावा आणि हे खातं इथेच बंद व्हावं' असं तुम्ही म्हणायला हवं.

अशा प्रकारे तुम्हाला इतरांची सहजतेनं क्षमा मागता यायला हवी आणि त्यांनाही माफ करता यायला हवं. कदाचित सुरुवातीला काही लोकांना क्षमा करण्यासाठी तुमचं मन राजी होणार नाही. ते म्हणेल, 'मी या लोकांना क्षमा करू शकणार नाही. ते माझ्यासोबत अमुक-अमुक प्रकारे वागलेत... त्यांनी असं-असं केलं होतं.' पण योग्य समज मिळाल्यानंतर, हे कार्य सहज-सोपं होऊ लागतं. क्षमा मागितल्यानं आणि केल्यानं तुमचं मन द्वेषाच्या विचारांमध्ये अडकत नाही. मग तुम्ही निर्विघ्नपणे ध्यान करू शकाल.

***५. जी.एच. - घर, हाउस, होम किंवा हार्ट (हृदय) GH

जी.एच.चा अर्थ होतो घर, हाउस, होम किंवा हार्ट (हृदय). 'घरी जाणं,' याचाच अर्थ आपल्या ध्येयापर्यंत पोहोचणं! ध्यानाद्वारेच तुम्ही स्वतःचं ध्येय गाठू शकता. त्यालाच आपण हेडपासून हार्टपर्यंतची (मेंदूपासून हृदयापर्यंतची) यात्रा असंही म्हणू शकतो. परंतु हा इतका सरळ, सोपा मार्ग असतानाही लोक त्या घरापर्यंत का बरं पोहोचू शकत नाहीत? कारण, ते आयुष्यभर भूतकाळ खरडण्यात आणि भविष्याच्या कल्पनांमध्ये मग्न असतात. मग स्वतःच्या ध्येयाप्रत पोहोचण्याआधीच ते वयोवृद्ध होतात. परंतु तुम्हाला ध्यान करून, आपल्या घरापर्यंत, म्हणजे 'ग्रेस हाउस'वर, जिथं प्रत्यक्ष ईश्वराचा वास आहे, त्याची कृपा आहे, त्या मंदिरापर्यंत पोहोचायचं आहे.

***६. आय. जे. - ईश्वरीय जग, इंद्रजाल IJ

आय.जे. म्हणजेच ईश्वरानं बनवलेलं, निर्माण केलेलं जग होय. यालाच 'इंद्रजाल' असंही म्हणता येईल. याच जगामध्ये, संसारामध्ये तुम्ही राहत असता. पण मनुष्यामध्ये जर सत्याचं ज्ञान, योग्य समज आणि नियमितपणे ध्यान करण्याची सवय असेल, तर तो या इंद्रजालात कधी फसणार नाही. अन्यथा बरेचजण या संसाररूपी भोवऱ्यामध्येच गरगर फिरत राहतात.

मात्र, ध्यानामध्ये आंतरिक दर्शन केल्यानंतर, हे ईश्वरीय जगही तुमच्यासाठी जणू आरशाप्रमाणे कार्य करेल. त्यालाच 'खुल्या डोळ्यांचं ध्यान,' असंही म्हटलं जातं.

तुम्ही ज्या-ज्या लोकांना भेटता, ती वास्तविक तुमचीच प्रतिबिंबं असतात. त्यांना भेटल्यानंतर जर तुम्हाला स्वदर्शन होत असेल, तर तुम्ही स्वतःविषयी जाणून घेताय असा याचा अर्थ होतो. अन्यथा कोणत्याही मनुष्याकडे पाहून तुमच्या मनामध्ये वेगवेगळ्या भावना निर्माण होऊ लागतात. कधी द्वेष उत्पन्न होतो तर कधी प्रेम वाटू लागतं... कधी समोरच्या व्यक्तीचा राग येतो... तर कधी नैराश्य येतं, भीती वाटते... कधी कंटाळा येतो किंवा कधी तुलनेचे विचार येतात... पण या सर्वांमधून तुम्हाला स्वतःचंच दर्शन होतंय, हे लक्षात ठेवा. ध्यानाद्वारे हीच दृढता तुम्हाला प्राप्त होते.

*७. के.एल. – कुल–मूल लक्ष्य KL

कमळाचं फूल नेहमी चिखलातून बाहेर येतं. मात्र त्याला चिखलच काय पण पाण्याचा थेंबही स्पर्श करू शकत नाही. तुम्हीही त्या कमळाप्रमाणेच निर्मळ राहून, ध्यानाच्या साहाय्यानं, तुमचं कुल–मूल लक्ष्य प्राप्त करायला हवं.

तुम्ही ज्या हेतूनं या पृथ्वीतलावर आलाय, तो पूर्ण होतोय का? तुम्ही अनुभवाच्या स्तरावर स्वतःला जाणून घेतलंय का? आज तुम्ही जे काही बनलाय- जसं, शाळा-कॉलेजचे विद्यार्थी, एखाद्या फॅक्टरी किंवा कंपनीचे मालक, एखाद्या दुकानाचे मालक किंवा नोकरदार असाल. पण तुमच्याकडे जर 'क–म–ल' नसेल, तर सर्व प्रकारची ध्येयं प्राप्त करूनही तुम्ही लक्ष्यहीन राहाल. त्यामुळे तुम्ही स्वतःचं कुल–मूल लक्ष्य प्राप्त करून घेण्यासाठी तत्पर व्हायला हवं, त्यालाच प्राधान्य द्यायला हवं. आतापर्यंत तुम्ही इतर सर्व प्रकारची ध्येयं गाठली असतील, आता 'कमल' प्राप्त करून घ्यायला हवं. हाच उद्देश मनामध्ये ठेवून तुम्ही ध्यानात बसा.

*८. एम.एन. – मदर नेचर, माय नेचर, माझा निसर्ग MN

तुम्ही जेव्हा निसर्गाच्या संपर्कात येता, तेव्हा तो तुमचं उद्दिष्ट पूर्ण करण्यासाठी नक्कीच साहाय्य करतो. त्यामुळे ध्यानाचं स्थान निवडताना, तुम्ही निसर्गाच्या संपर्कात जाण्याची काळजी अवश्य घ्या. उदाहरणार्थ, मोकळ्या हवेत ध्यान करा किंवा घरामध्ये ध्यान करत असाल, तर आजूबाजूला झाडाची एखादी कुंडी ठेवा. अशा प्रकारे, निसर्गाच्या शक्य तितक्या जवळ जाण्याचा प्रयत्न करा.

****९. ओ.पी. – ओल्ड पॅकेट्स, ओल्ड पार्सल** OP

ओल्ड पॅकेट म्हणजेच जुने–पुराणे अनुभव. हे अनुभव तुमच्या ध्यानामध्ये बाधा आणतात. तुम्ही काही लोकांकडून आलेल्या अनुभवांची पॅकेटस् तयार करून ती स्मृतीमध्ये साठवता. मग त्यांना भेटल्यानंतर प्रत्येक वेळी तुम्हाला ते जुनेच अनुभव आठवतात आणि तुम्ही त्यांच्याशी पूर्वीप्रमाणेच वागता. परंतु ध्यान करताना अशी सर्व जुनी पॅकेटस् जाणीवपूर्वक बाजूला ठेवायला हवीत.

****१०. क्यू.आर. – रियल क्वेश्चन, योग्य प्रश्न** QR

तुम्ही ध्यानादरम्यान नेहमी, 'मी कोण आहे? या पृथ्वीवर का आलोय?' असे काही प्रश्न स्वतःला विचारत राहायला हवेत. तसंच हृदयस्थानी राहून, अनुभवाच्या माध्यमातून या प्रश्नांची उत्तरंही मिळवायला हवीत. कारण असे प्रश्न विचारल्यानेच तुम्ही शरीरापलीकडे जाल. वास्तविक हे शरीर म्हणजे तुम्ही नाहीच! मात्र तुम्ही जेव्हा स्वतःच्या खऱ्या स्वरूपाविषयी जाणून घ्याल, तेव्हाच हे शरीर म्हणजे तुमचा मित्र असल्याचं तुमच्या लक्षात येईल.

समजा, तुमचा एखादा शर्ट किंवा कुर्ता फाटला, तर 'मी फाटलोय' असं तुम्ही म्हणत नाही. कारण 'मी म्हणजे कुर्ता किंवा शर्ट नाही', हे तुम्हाला पूर्णपणे ठाऊक असतं. पण 'मला वेदना होतायत,' असं जेव्हा तुम्ही म्हणता, तेव्हा मात्र शरीरासोबत जे काही होतंय, ते माझ्यासोबतच घडतंय असं समजू लागता. इथंच खऱ्या समस्येची सुरुवात होते. ही मनुष्याची सर्वांत मोठी चूक असते आणि याच चुकीमुळे तो नकळत अनेक दुःखं भोगत राहतो.

आता ध्यानामध्ये स्वतःला योग्य प्रश्न विचारा – 'मी कोण आहे? मी या पृथ्वीवर का आलोय?' कारण, या प्रश्नांमध्ये सखोल अर्थ दडलाय.

****११. एस.टी. – सौ टका – शंभर टक्के** ST

तुम्ही जेव्हा पाणी शंभर अंश सेल्सिअसपर्यंत उकळता, तेव्हा त्याचं रूपांतर वाफेमध्ये होऊ लागतं. तसंच तुम्हीदेखील काही गोष्टींमध्ये तुमचा शंभर टक्के सहभाग देता, तेव्हा त्याचे आश्चर्यजनक परिणाम पाहायला मिळतात.

उदाहरणार्थ, तुम्ही स्वतःला वर्तमानात राहण्याचं प्रशिक्षण देत असाल, तर जेवताना केवळ अन्न ग्रहण करा. म्हणजेच तुमचं लक्ष पूर्णपणे जेवणावरच केंद्रित करा. अन्यथा त्यावेळीही तुमच्या मनामध्ये हजारो विचार सुरू असतात.

अगदी आंघोळ करतानाही तुम्ही शंभर टक्के त्याच कार्यात मग्न असायला हवं. स्वतःच्या क्रियांकडे लक्षपूर्वक पाहायला हवं. जसं, मी बादलीत पाणी घेतोय, माझ्या शरीरावर टाकतोय... अशा प्रकारे स्वतःला ती क्रिया करताना नीट पाहा. सदैव वर्तमानात जगण्यासाठी अशा प्रकारचे प्रयोग करून पाहा.

त्याचप्रमाणे ध्यान करताना, तिथेही तुमची उपस्थिती शंभर टक्के असायला हवी. त्यावेळी मनाला केवळ ध्यानामध्येच केंद्रित करा, मनामध्ये अन्य विचार आल्यास त्याकडे पूर्णपणे दुर्लक्ष करा.

***१२. यू.व्ही.डब्ल्यू – उच्चतम विकसित वर्ल्ड   UVW

जेव्हा तुम्ही ध्यानामध्ये स्वतःच्या मूळ स्रोतापर्यंत (खऱ्या घरापर्यंत, सोर्सपर्यंत) पोहोचाल, तेव्हा त्या घराच्या चारही बाजूंनी उच्चतम विकसित समाजाची निर्मिती होऊ लागेल. सर्वप्रथम उच्चतम विकसित परिवार बनेल. मग त्याच्या आसपास अनेक विकसित परिवार मिळून उच्चतम विकसित समाज तयार होईल. असे अनेक समाज मिळून संपूर्ण जगच 'उच्चतम विकसित वर्ल्ड' बनेल हे निश्चित!

**१३. एक्स.वाय.झेड – एक्स्ट्रॉ विचार   XYZ

या शेवटच्या पायरीवर सर्व प्रकारच्या एक्स्ट्रॉ, जास्तीच्या अनावश्यक विचारांकडे साक्षी भावनेनं पाहा. त्यामुळे अशा विचारांना मनामध्ये थारा न देता, त्यांना बाहेरच रोखता येईल. मग, एकाही विचारानं तुमच्या ध्यानात अडथळा येऊ नये यासाठी स्वीकार, क्षमायाचना असं जे काही करावं लागेल, ते सर्व अवश्य करा. त्यातूनच तुम्हाला ध्यानाचं उद्दिष्ट गाठता येईल.

ध्यानाविषयीच्या या १३ गोष्टी लक्षात ठेवा. तुम्ही जेव्हा 'मी कोण आहे', असं विचारत-विचारत ध्यान कराल, तेव्हा त्याचा खरा उद्देश पूर्ण होण्यास फारसा वेळ लागणार नाही. मग तुम्ही वर्तमानातील जीवनाचं रहस्य समजून त्याचा आनंद घ्याल.

नोट :
*ध्यानापूर्वी जाणून घ्यायच्या गोष्टी
**ध्यानादरम्यान जाणून घ्यायच्या गोष्टी
***ध्यानानंतर जाणून घ्यायच्या गोष्टी
*'मी कोण आहे?' ध्यान करण्यापूर्वी, पाचवं रहस्य अवश्य वाचा.

अध्याय १०

तिसरं रहस्य
जीवन समृद्ध करण्याचा मार्ग

'जेव्हा लोकांकडून मला काही मिळेल तेव्हाच माझा लाभ होईल,' असा संकुचित विचार करण्याची वृत्ती मनुष्यात असते. पण खरं रहस्य 'देण्यात' दडलेलं आहे. मनुष्याच्या सीमित विचारांमुळे ही गोष्ट अतार्किक वाटू शकते. परंतु सृष्टीचा नियम हाच आहे, **'आपण जे देतो त्यानेच आपला विकास होतो आणि जे घेतो त्याने केवळ उदरनिर्वाह होतो.'**

हे जीवनाचं रहस्य आपल्याला सकृतदर्शनी तर्कहीन वाटेल, बुद्धीला पटणार नाही पण मनन केल्यानंतर वास्तव लक्षात येईल, की हेच सत्य आहे. शिवाय या रहस्याचा नकळत आपण उपयोगही करत असतो. यासाठी दोन मिनिटं डोळे बंद करून मनन करा.

– तुम्ही आजवर इतरांना जे दिलं, त्यानं आपला काय लाभ झालाय?

– तुम्ही ज्यावेळी एखाद्याला आर्थिक मदत केली तेव्हा तुम्हाला काय मिळालं?

– तुम्ही जेव्हा कुणाला प्रेम दिलं तेव्हा तुम्हाला काय मिळालं?

– तुम्ही जेव्हा एखाद्याकडे ध्यान दिलं तेव्हा तुम्हाला काय मिळालं?

– तुम्ही जेव्हा कुणाला वेळ दिला तेव्हा तुम्हाला काय मिळालं?

– या सर्व प्रश्नांवर काही वेळा मनन करा.

– आता हळूवारपणे आपले डोळे उघडा.

आश्चर्य वाटलं ना? मनन करतेवेळी आपल्याला अशा काही घटना आठवल्या असतील, ज्यायोगे देण्यानेच तुमचा लाभ झाला, आनंद झाला, हे समजलं असेल. हेच जीवनाचं तिसरं रहस्य आहे. ज्याचा उपयोग तर आपण करत होतो पण त्याविषयी अनभिज्ञ होतो.

हे रहस्य पुढे असं दर्शवतं, **'आपण तेच देऊ शकता, जे आपल्याजवळ ठेव म्हणून आहे.'**

जसं, पृथ्वीवर प्रेम, साहस, वेळ, ध्यान आणि स्वास्थ्याची दौलत ईश्वरानं मनुष्याला ठेवीच्या रूपात प्रदान केली आहे. ही दौलत प्राप्त करण्याऐवजी मनुष्य जर केवळ पैशाच्या मागेच धावत राहिला तर शेवटी पश्चात्तापाखेरीज त्याच्या हातात काय राहील? आपलं जीवन समृद्ध कसं बरं बनेल? याचं गुपित हे रहस्य स्पष्टपणे उलगडून सांगतं.

'माझ्याजवळ देण्यासाठी काहीच नाही' असा जर विचार आपण करत असाल तर, 'आपल्याजवळ देण्यासारखं काय-काय आहे' याचा विचार प्रथम करा. 'आपण कुणाला प्रेमाची, ध्यानाची, वेळेची, साहसाची आणि स्वास्थ्याची दौलत देऊ शकत नाही का? कारण केवळ पैसे देणे हेच महत्त्वपूर्ण नाही. आपल्याकडे अशी अनेक धनसंपदा आहे, जी आपण इतरांना देऊ शकतो. आता ती कशी द्यावी, हे आपण बघू या.

आपल्याजवळ जितक्या काही गोष्टी आहेत, त्याचे दहा भाग करून त्यातील एक स्वत:ला द्या, असं केल्याने आपण इतरांसह स्वत:लाही द्यायला शिकाल.

'ज्याच्याजवळ आहे, तोच देऊ शकतो' पण जो देत नाही तो दगड बनून मार्गात बाधा बनतो, पाण्याच्या प्रवाहात अवरोध निर्माण करतो. म्हणून आपल्याला पाण्याच्या पाईपमध्ये दगड बनून अडथळा निर्माण करायचा नाही.

आपल्या जीवनात ज्या वस्तू येत आहेत, त्यांचं प्रतीक म्हणजे पैसा हेच आहे. पैशांमुळे वस्तूंची देवाण-घेवाण योग्यप्रकारे, सहजपणे होते. जुन्या काळी लोक गहू देऊन समोरच्याकडून तांदूळ किंवा डाळ घेत असत. सोबत धान्याच्या गोण्या घेऊन फिरत. पण आज मात्र सगळे खिशात पैसे, क्रेडिट कार्ड घेऊनच फिरतात. त्यामुळे

देण्या-घेण्यात सहजता आली आहे. वस्तू खरेदी करण्यात सुलभता आली आहे. खरंतर पैसा म्हणजे सोय आणि सुविधेसाठी साधन होतं. पण आजच्या काळात मात्र लोक ही ओळखच विसरले आहेत. त्यामुळे पैसे साधन न राहता साध्य, लक्ष्य बनले.

म्हणून पैशांकडे योग्य दृष्टिकोनातून बघा. त्याच्याप्रति मनात चुकीच्या धारणा बाळगू नका. इतरांचे पैसे लुबाडण्यासाठी कधीही कपट करू नका. तुमच्यातील पैसे कमवण्याची क्षमता वाढवा. लॉटरी, जुगाराद्वारे मिळणाऱ्या पैशांवर अवलंबून राहू नका. तुम्ही पैशाचा योग्य विनियोग करून तो उत्तमप्रकारे सांभाळू शकता, याचा लक्ष्मीला पुरावा द्या. अन्यथा आपण अनावश्यक खर्च करून आपला पैसा, पार्टी, पिकनिक, खोटी प्रतिष्ठा यांमध्ये व्यर्थ वाया घालवण्याची शक्यता असते. परंतु कंजूष बनून आपल्या पैशाचे केवळ पहारेकरी बनू नका तर भरभरून द्यायलाही शिका. कारण आपण जे द्याल, ते विश्वासबीज असेल आणि योग्य वेळी ते आपल्या जीवनात कित्येक पटीने वाढून पुन्हा येईल! म्हणून बेपर्वाई आणि कंजूषपणा या दोन्ही टोकांपासून दूर राहा.

आपण बचत केलेल्या धनाचा योग्य विनियोग करून चांगल्या लोकांचा सल्ला घ्या. योग्य मार्गदर्शनाने आपल्या धनाला दिशा मिळेल आणि त्यात आणखी वाढ होईल, हेच आहे समृद्धीचं रहस्य!

नोट : प्रेमरूपी धन, ध्यानाची दौलत, समृद्धीचं रहस्य, पैसे प्राप्त करण्याचं मर्म विस्तारानं समजण्यासाठी सरश्रींद्वारे लिखित पुस्तक - 'जीवनाची दोन टोकं-ध्यान आणि धन' हे वाचा.

अध्याय
११

देण्यात कंजुषी करू नका

मुबलकतेच्या भावनेचं फळ

*'**आ**पण निसर्गाला जे देतो, तेच तो आपल्याला वृद्धिंगत करून परत देतो'* हा निसर्ग नियम ठाऊक नसल्यानं मनुष्य विचार करतो, 'मी जर माझ्या वस्तू कोणाला दिल्या तर मग माझ्याकडे शिल्लक काय राहणार? पण जर मला कुणी काही दिलं तर किमान माझ्याकडे नवीन काही तरी येईल, संग्रह होईल.' अशा विचारांमुळे मनुष्य नवीन प्रयोगच करू इच्छित नाही. शिवाय द्यायला नेहमी कंजुषी करत राहतो. परिणामी, समृद्धीपासून तो नेहमी वंचित राहतो.

वास्तवात कुणाला काही देणं म्हणजे सुपीक जमिनीत बीज पेरण्यासारखंच आहे. समजा, शेतकऱ्यानं आपल्या शेतात बीज पेरण्यात कंजुषी केली तर आपण त्याला काय म्हणाल? हेच ना, की बीजांची बचत करून निसर्गाला त्यानं त्यावर काम करण्याची संधीच दिली नाही. निसर्ग म्हणजे, 'नियती', 'ईश्वर', 'गुणक' (मल्टिप्लायर) जो प्रत्येक गोष्ट आपल्याला वाढवूनच परत करतो. यासाठीच सर्वप्रथम आपल्याला योग्य रूपात 'द्यायला' म्हणजे बीज पेरायला शिकायचं आहे.

त्याचप्रमाणे आपल्या जीवनात ज्या काही समस्या आहेत, त्यासाठी कधीही रडत बसू नका. त्यांचं निराकरण व्हावं यासाठी चांगली बीजं पेरा. जेणेकरून निसर्ग त्यावर

कार्य करू शकेल. कारण आपण थोडं जरी दिलं तरी त्यावर तो लगेच काम सुरू करू शकतो. जसं, एका शून्याला हजार, दहा हजार, लाख, करोडोंनी गुणलं तरी शेवटी शून्यच राहतो. त्याचप्रमाणे विस्तारासाठी आधी थोडंतरी बीज पेरणं आवश्यक असतं. मग ते छोटंसं बीजदेखील खूप मोठा चमत्कार करू शकतं.

भावनेचं फळ

लोक विश्वास बीज तर पेरतात, परंतु त्यावेळी त्यांची भावना अयोग्य असते. त्यामुळे त्यांना तसंच फळ मिळतं. आपली देण्याची भावना आणि क्षमता यांनुसारच नियती आपलं पेरलेलं बीज वृद्धिंगत करून देते. आपण ज्याला काही देतो, ती व्यक्ती केवळ माध्यम असून खरंतर त्याद्वारे आपण ते नियतीलाच देत असतो. मग ते पैसे असोत, श्रम असोत, प्रार्थना असो वा विचार.

अधिकतर लोक दान देताना हाच विचार करतात, 'मी भिकाऱ्याला पैसे दिले... मी कुणा गरिबाला मदत केली... मित्राला आर्थिक साहाय्य केलं... आता माझे हे पैसे परत मिळणार नाहीत...' ब्लॉटिंग पेपर जसा शाई शोषून घेतो, त्याप्रमाणे माझे पैसेही संपले, शोषले गेले... अशा धारणेसह पेरलेलं बीज जळून नष्ट होतं. मग बीजच जर नष्ट झालं तर नियती कशाची वृद्धी करणार?

समजा, मनुष्य असा विचार करत नसेलही पण त्याची धारणा जर अशाच प्रकारची असेल तर निर्विवादपणे तसेच परिणाम येणार. 'दिल्यानं माझं सर्वकाही संपतं' या विचारानं जर मनुष्य कर्म करत असेल तर त्याला नियमानुसार फळ मिळत नाही. म्हणून लोकांना घेताना आनंद होतो तर देताना दुःख! शिवाय देणं-घेणं ही कितीही चांगली गोष्ट असली तरी तेच वृद्धिंगत होतं, जे आपण देतो. घेण्याने काही होणार नाही. देताना मनात आनंदाची भावना बाळगली, विवेक जागृत ठेवून एखादी गोष्ट दिली तरच ती वाढेल. या गोष्टी जर कंजूष मनुष्याला समजल्या तर मग तो कंजूष राहीलच कसा?

यासाठी तुम्हाला जर कंजुषीतून मुक्त व्हायचं असेल, धनवान बनायचं असेल तर 'मनुष्याची देवाण-घेवाण प्रत्येक क्षणी केवळ नियतीसोबतच होत असते' हे सदैव लक्षात ठेवा. म्हणून आपण कुणाला दान द्याल तेव्हा 'मी हे धन व्यक्तीला नव्हे तर नियतीला देत आहे. शिवाय ती मला प्रत्येक गोष्ट वाढवून देत आहे,' अशी योग्य समज बाळगा. मग हीच भावना आपल्याला समृद्धी आकर्षित करणारा चुंबक बनवते. यासाठी आपण जे द्याल, त्यासोबत आनंदाची भावना जोडा. योग्य समज बाळगा, जेणेकरून

देणारा (ईश्वर, नियती) आपल्याला प्रत्येक गोष्ट भरपूर प्रमाणात देईल. हेच जीवनाचं महान रहस्य आहे.

नियतीची बँक

पृथ्वीवर बँकेचे जसे काही नियम असतात तसेच नियतीरूपी बँकेचेही काही विशेष नियम असतात.

१. आपण निसर्गाला जे देतो, त्याचा अनेक पटीनं गुणाकार (मल्टिप्लिकेशन) करून तो आपल्याला परत देतो.

२. या बँकेत सर्वांचं खातं असून थोड्या लोकांनाच त्यात डिपॉझिट करण्याची इच्छा असते. बहुतांश लोकांना तर या खात्यातून पैसे काढण्यातच रुची असते.

३. ही बँक त्यांनाच भरपूर प्रेम, पैसा, वेळ, ध्यान देते, जे लोक घेण्यात नव्हे तर 'देण्यात' रुची दाखवतात.

४. ही बँक अदृश्यात काम करत असल्याने, तिचं कार्य कोणाला दिसत नाही.

५. ही बँक असीम, अनंत आणि समृद्ध आहे. आपल्याला जर भरपूर धन, संपत्ती हवी असेल तर प्रथम या बँकेला विश्वास आणि श्रद्धा अर्पण करावी लागेल.

६. आपण एखाद्या गरजवंताला मदत करत असाल तर 'मी नियती नावाच्या बँकेत डिपॉझिट करत आहे. मी कोणा संस्थेला, व्यक्तीला देत नसून निसर्गाला हे देत आहे,' ही समज अवश्य बाळगा.

७. आपल्याजवळ किती धनदौलत आहे, हे नियतीरूपी बँक कधीही बघत नाही तर देण्यामागे तुमची भावना काय आहे, हे ती बघते. तुम्ही जर कंजूषपणात आयुष्य व्यतीत करत असाल तर नियती आपल्याला साहाय्य करणार नाही.

८. आपल्या अंतर्यामी जर 'सगळं भरपूर आहे' ही भावना असेल तर नियती आपल्याला भरपूर प्रमाणात प्रत्येक गोष्ट देईल. जसं, धन, ध्यान, प्रेम, ज्ञान वा भक्ती-शक्ती. म्हणून नेहमी मुबलकतेच्या भावनेत राहून, नियतीच्या उदारतेचा अनुभव घ्या.

लक्षात ठेवा, आपला संपर्क केवळ स्रोताशी, नियतीशी आहे. आपण जेव्हा कोणाला साहाय्य करतो, तेव्हा वास्तविक स्वत:चीच मदत करत असतो. म्हणून

आपल्याजवळ ज्या उच्चतम गोष्टी आहेत त्या इतरांना द्या. म्हणजे तशाच गोष्टींचा प्रवाह तुमच्या जीवनात सुरू होईल.

समजा, तुम्हाला वाटतं, 'मला न आवडणारा एक ड्रेस माझ्याकडे कितीतरी दिवसांपासून असाच पडून आहे. म्हणून मी तो आता दान करून टाकतो. कमीत कमी तेवढं तरी दान माझ्याकडून होईल.' पण जरा विचार करा, असं दान खरंच योग्य आहे का? तुम्हाला आवडत नसलेला ड्रेस तर द्याच पण त्याचसोबत किमान वर्षातून एकदा तरी एखादा चांगला ड्रेस कोणा गरजवंताला द्यायला शिका. असं केल्यानेच आपण कंजुषीतून मुक्त व्हाल. 'मी कुठे-कुठे कंजुषी करतो?' याचा शोध घेण्यासाठी खाली काही पर्याय दिले आहेत. आज जर एखाद्या गोष्टीसाठी आपण कंजुषी करत असाल तर त्या पर्यायासमोर टिक करा.

☐ एखाद्या गरजवंताला आर्थिक मदत करणे.

☐ कोणाच्या चांगल्या गुणांची प्रशंसा करणे.

☐ एखाद्याला कपडे, अन्न यांसारख्या आवश्यक गोष्टी देणे.

☐ समस्येत असलेल्या व्यक्तीला योग्य सल्ला देणे.

☐ नैसर्गिक आपत्तीत श्रमदान करणे.

☐ विश्वशांतीसाठी प्रार्थना करणे.

कित्येक लोक अभिमानानं सांगतात, 'आम्ही जेव्हा गाव सोडून शहरात आलो तेव्हा आमच्या खिशात केवळ शंभर रुपये होते. मात्र आज आम्ही मोठ्या कंपनीचे मालक आहोत.' जरा विचार करा, अशा लोकांनी सुरुवातीला कोणतं बीज पेरलं असेल? त्यावर कसं कार्य झालं असेल? त्यांनी रात्र-दिवस मेहनत करून संकटांशी कसा सामना केला असेल... महत्त्वाकांक्षा बाळगून, विनम्रता ठेवून, कोणाला मदत केली असेल? त्याचाच हा परिणाम नव्हे का? परंतु आता श्रीमंत झाल्यानंतर जर ते कंजुषी करत असतील तर त्यांनी स्वत:च्या पूर्वावस्थेचं स्मरण करायला हवं! मी सुरुवात कशी केली होती? त्यावेळी माझा विश्वास कसा होता? याचं स्मरण होताच आधीचा विश्वास पुन्हा जागृत होऊन त्यांना वाटणाऱ्या भयासह कंजुषीदेखील नाहीशी होईल.

विश्वास-बीज, मुबलकतेचं पीक

विश्वासच जेव्हा आपलं बीज बनतं, तेव्हा आपण मुबलकतेचं आणि आश्चर्याचं

भरघोस पीक प्राप्त करतो. याउलट 'कंजुषी' जेव्हा आपलं बीज बनतं, तेव्हा 'अभाव', 'दारिद्र्य' आणि 'अविश्वास' यांचंच पीक आपल्याला मिळतं. जीवनाच्या प्रत्येक स्तरावर मुबलकतेचा अनुभव करणं आणि सूक्ष्म कंजुषीतूनही मुक्त होणं हाच खरंतर मनुष्याच्या जीवनाचा उद्देश आहे. कारण आपण जेव्हा कंजुषीतून मुक्त होतो, तेव्हाच खऱ्या अर्थाने विश्वाच्या समस्यांविषयी विचार करू शकतो. त्यानंतरच विश्वास-बीज पेरून भ्रष्टाचार, भूकबळी, दहशतवाद किंवा प्रदूषणासारख्या समस्या समूळ नष्ट करू शकतो. पण विश्वातील सर्व समस्या विलीन करण्यासाठी सर्वप्रथम आपल्याला कंजुषीतून मुक्त व्हावं लागेल.

आपल्या अंतर्यामी जर 'देण्याची' अवस्था आणि 'विपुलतेचा' भाव असेल तर प्रत्येक समस्येत आपण योग्य विश्वास बीज पेरू शकाल. कारण कंजुषीतून मुक्त होताच आपल्याला समस्येचे रचनात्मक मार्ग दिसू लागतात. शिवाय एकाच समस्येचं निरसन करण्यासाठी आपल्यासमोर अनेक पर्याय उपलब्ध होतात. याचं कारण म्हणजे जे लोक कंजुसीतून मुक्त होतात, त्यांच्याचद्वारे रचनात्मकतेच्या अधिकाधिक कल्पना आविष्कृत होतात. अन्यथा कंजुषीची वृत्ती आपल्या जीवनात बाधा बनून सहजतेनं समृद्धीच्या वाहणाऱ्या प्रवाहात अडथळा आणते.

अध्याय १२

प्रेम द्यायला शिका

नात्यांमध्ये दुःखमुक्ती

खोट्या प्रेमात लोक नेहमी प्रेमाला 'प्रेमबंधन' असं संबोधतात. परंतु खरंतर प्रेम आणि बंधन हे दोन्ही शब्द परस्परविरोधी आहेत. कारण खऱ्या प्रेमात कुठलंही बंधन नसतं आणि जे मनुष्याला बंधनात बांधतं, ते खरं प्रेम नसतंच मुळी! खरं प्रेम तुम्हाला नेहमी मुक्त ठेवतं. तुम्हाला मोहाच्या, अहंकाराच्या आणि ईर्षेच्या बंधनातून मुक्त करतं. खरं प्रेम, जो प्रेम करतो आणि ज्याच्यावर प्रेम केलं जातं, त्या सर्वांना मुक्त ठेवतं.

'प्रेम' ही एक अशी संकल्पना आहे, जी घेण्यानं नव्हे तर देण्यानं मिळते. आता हे वाक्य वाचताना तुम्हाला कदाचित अतर्क्य वाटेल. पण 'तुम्ही इतरांना जे देता, तेच कित्येक पटीनं वृद्धिंगत होऊन तुमच्याकडे परत येतं' हा निसर्गनियम आहे. विशेष म्हणजे, प्रेमाच्या बाबतीतही हाच नियम लागू होतो. म्हणूनच प्रेमनियम असा आहे—

'जे दिल्यानं वाढतं, घेतल्यानं घटतं,
जे चौकटीबाहेर फुलतं, तेच खरं प्रेम असतं.'

तुम्ही एखाद्या व्यक्तीवर प्रेम करता, तिला आपलं समजता, इथपर्यंत ठीक आहे, परंतु तो मनुष्य म्हणजे जणू तुमची मालमत्ता आहे, असं अजिबात समजू नका. कारण प्रत्येकाला स्वतंत्र अस्तित्व असतं आणि त्या स्वातंत्र्याचा तुम्ही सन्मान करायला हवा.

कोणत्याही प्रेमामध्ये जेव्हा अधिकाराची भाषा वापरली जाते, एकमेकांवर ताबा मिळवण्याचा प्रयत्न केला जातो; तेव्हा त्या दोन्ही प्रेमिकांचं अधःपतन होतं. पण जर प्रेम खरं असेल, तर व्यक्तिमत्त्व आणखी उंचावत जातं, हे लक्षात ठेवा.

'मी अमुक-अमुक व्यक्तीला आपलंसं करून सोडीन' अशा शपथा प्रेमामध्ये बऱ्याचदा घेतल्या जातात. मग त्या व्यक्तीला आपलं बनवण्यासाठी, त्याच्याशी कायदेशीर करारही केला जातो. अशा करारांमध्ये मानवी नात्यांवरही एखाद्या निर्जीव वस्तूप्रमाणे कायदेशीर अधिकार गाजवला जातो. मग जीवनातल्या प्रत्येक स्तरावर, समोरच्या व्यक्तीवर मालकी हक्क गाजवला जातो. परंतु या सर्व प्रकारात मनुष्याचं ज्या व्यक्तीवर खरोखर प्रेम असतं, तिच्या अंतर्मनात स्वतःविषयी प्रेम निर्माण करण्याचं तो विसरतो. तिला साधी आपुलकी दाखवण्याकडेही दुर्लक्ष होतं. मग अशा नात्यांमध्ये लग्नाची सप्तपदी म्हणजे जणू मोहमायेची बेडी ठरते.

एक मनुष्य जीवनाला खूप कंटाळला होता, तो नेहमी दुःखी असायचा. या त्रासातून सुटका करून घेण्यासाठी गुरूंकडून काही मार्गदर्शन मिळेल या आशेनं तो त्यांच्याकडे गेला. तो गुरूंना म्हणाला, 'मला माझ्या पत्नीचा खूप कंटाळा आलाय. रोजच्या भांडणांमुळे आमच्यामध्ये प्रेम नसल्यातच जमा आहे. या परिस्थितीतून बाहेर पडण्याचा काही मार्ग आहे का?' गुरुजींनी त्याला उत्तर देत प्रतिप्रश्न केला, 'तू जेव्हा तिच्याशी लग्न केलं होतंस, तेव्हा तिच्यावर प्रेम करत होतास की नाही?' 'हो, तेव्हा मी तिच्यावर जीवापाड प्रेम करत होतो,' तो मनुष्य विवाहाची आठवण काढत उद्गारला. 'मग आताच तुला तिचा त्रास का बरं होतो?'

गुरुजींच्या प्रश्नाचं उत्तर देताना तो मनुष्य म्हणाला, 'मला वाटत होतं, ती लग्नानंतर माझी खूप काळजी घेईल. तिच्या आगमनानं माझ्या जीवनात सुख येईल. परंतु माझ्या इच्छेप्रमाणे काहीच घडलं नाही. त्यामुळे मी अतिशय दुःखी आहे. माझी पत्नी कोणतंही काम माझ्या मनासारखं करत नाही. एवढंच नव्हे, तर ती एखादं काम पटकन शिकतही नाही. अजूनही तिला स्वयंपाक नीट करता येत नाही. अनेकदा मला ऑफिसमध्ये काम असेल, तर मी तिचा फोन उचलू शकत नाही. बस्स, एवढ्याच गोष्टीवरून ती नाराज होते. कधी मला ऑफिसमधून येण्यास उशीर झाला तरी ती रुसून बसते, माझ्याशी अबोला धरते. मग तिची

समजूत काढण्यात माझा बराच वेळ खर्च होतो. शिवाय त्या गोष्टीचा माझ्या मनावर प्रचंड ताण येतो, ते वेगळंच! त्यामुळे दररोज काही ना काही कारणानं आमच्यात वादविवाद होतोच.'

त्यावर गुरुजी म्हणाले, 'लग्नानंतर माझी पत्नी असं करेल, तसं वागेल असा विचार म्हणजे केवळ मनोकल्पना आहेत. पण तू लग्न त्या स्त्रीशी केलं आहेस की काल्पनिक कथेशी? नीट विचार करून पाहा बरं! या गोष्टीचा बारकाईनं विचार करायला हवा, कारण त्या सहसा पटकन लक्षात येत नाहीत. त्यामुळे तुलाच सखोल मनन करावं लागेल, मग वास्तव समोर येईल. आज तुझं तुझ्या काल्पनिक कथेवरच इतकं प्रेम आहे, की तुझी पत्नी जशी आहे, तशी तू तिला स्वीकारूच शकत नाहीयेस.'

आपलं म्हणणं आणखी स्पष्ट करण्याच्या उद्देशानं गुरुजी पुढे म्हणाले, 'प्रत्येक मनुष्य आज शिंपी बनू पाहतोय, हेच त्याच्या दुःखाचं मूळ कारण आहे. तो इतरांसाठी एक कोट शिवतो आणि समोरची व्यक्ती त्या कोटामध्ये सामावली जावी अशी अपेक्षा करतो. मग त्यासाठी त्या व्यक्तीला वेट (वजन) वाढवावं किंवा कमी करावं लागलं तरी चालेल! पण मी शिवलेल्या कोटातच ती बरोबर बसायला हवी, असा अट्टहास तो करतो. परंतु समोरच्या व्यक्तीला त्यात यश मिळालं नाही, तर हा शिंपीरूपी मनुष्य आयुष्यभर वेट करायला (वाट पाहायला) तयार असतो. समोरची व्यक्ती कधी या कोटामध्ये बसेल आणि मी खुश होईन, या संधीची तो वाट पाहत राहतो. अनेकदा असंही होतं, की त्याच्यावर प्रेम करणारे लोक, त्याला खुश करण्यासाठी त्याच्या कोटात फिट होण्याचा प्रयत्नही करतात. परंतु तरीही त्याला आनंद होत नाही, कारण तोपर्यंत त्यानं आणखी काही नवीन कोट शिवून ठेवलेले असतात. अशा प्रकारे दर वेळी वेगवेगळे कोट शिवण्याची त्याला जणू सवयच जडलेली असते.'

आज प्रत्येक मनुष्याचाच हा हट्ट आहे, की इतरांनी माझ्या काल्पनिक कोटामध्ये फिट्ट बसायला हवं. खरंतर त्यामुळेच तो दुःख भोगतोय. हे काल्पनिक कोट म्हणजे निरनिराळ्या बाबतीत असलेल्या अपेक्षा. जसं, माझ्या कल्पनेनुसार बसणं-उठणं, बोलणं, हसणं, खाणं, माझ्या आवडीचे कपडे घालणं, माझ्या आनंदात आनंदी होणं

इत्यादी. आता विचार करा, हे कसं बरं शक्य आहे? प्रत्येक मनुष्याच्या शरीराची रचना जशी वेगवेगळी असते, तसंच प्रत्येकाचा स्वभावही निरनिराळा असतो. समजा, एखाद्याला शॉपिंग करण्यात आनंद वाटतो तर त्याच्या जोडीदाराला तो अनावश्यक खर्च वाटतो. मग अशा गोष्टीनं तो जोडीदार कसा बरं आनंदी होईल?

प्रत्येक नात्यामध्ये लोक विविध मान्यकथा, धारणा बनवतात आणि जीवनभर त्याचं दुःख भोगत राहतात. जसं, सासू-सुना दोघीजणी एकमेकींकडे आपापल्या मान्यकथेनुसार बघतात. सुरुवातीला, लग्नानंतर काही दिवस दोघीही परस्परांशी अतिशय प्रेमानं वागतात. त्यानंतर हळूहळू दोघीजणी वेगवेगळ्या कथा बनवू लागतात आणि मग दुःखाची न संपणारी मालिकाच सुरू होते.

प्रत्येक मनुष्य इतरांकडून अपेक्षा करतो, यानं अमुक केलं तर त्याच्यावरचं माझं प्रेम नक्की वाढेल! खरंतर सर्व नात्यांची सुरुवात प्रेमानेच होते. परंतु हळूहळू त्यामध्ये काही अपेक्षा येतात, कथा तयार होतात आणि त्या कथेवर प्रेम केल्यानं दुःखाची सुरुवात होते. आता हे सत्य समजल्यानंतर प्रत्येकानं स्वतःला विचारायला हवं, 'मी कोणकोणत्या नात्यांमध्ये स्वतःच्या कथेवर प्रेम करतो?'

तुम्हाला जर खरोखरच दुःखांतून मुक्त व्हायचं असेल, तर अशा कथा बनवणं ताबडतोब थांबवा! तसंच स्वतःच्या काल्पनिक कथांमध्ये लोकांना बसवणंही सोडून द्या. त्यासाठी अर्थातच तुम्हाला स्वतःचा हट्ट आणि धारणा सोडाव्या लागतील, त्यांना तिलांजली द्यावी लागेल. शिवाय इतर लोक जसे आहेत, तसंच त्यांना स्वीकारावं लागेल. या सर्व गोष्टी जबरदस्तीनं होणाऱ्या नाहीत, तर योग्य समज प्राप्त झाल्यानेच होऊ शकतील, हे लक्षात घ्या.

बऱ्याचशा कुटुंबांमध्ये वादविवाद, भांडणं होत असतात. कुटुंबातले लोक एकमेकांच्या चुका, कमतरतांवर बोट ठेवतात. मग एखाद्या सदस्याबद्दल एखादी कथा बनवून, त्या कथेवरच प्रेम करू लागतात. अशा प्रकारे कुटुंबातील प्रेम कमी होऊन, दुरावा निर्माण होतो. त्यामुळे तुम्हाला जर कुटुंबातील प्रेम कायम राखायचं असेल, तर त्यासाठी गरज आहे सर्वांनीच आपापल्या मान्यकथेतून बाहेर येण्याची आणि नात्यांमधलं प्रेम जाणीवपूर्वक जोपासण्याची!

तुम्ही स्वतःच्या जीवनातील सर्व मान्यकथांमधून मुक्त होण्यासाठी तयार आहात का? तुमचं उत्तर जर 'हो' असेल, तर काहीच हरकत नाही. मग स्वतःच्या कोणत्या नात्यामध्ये, कधी, कोणत्या प्रसंगी दुःखाची निर्मिती होते, यावर मनन करून ती बाब

जाणून घ्या. त्यानंतर नव्या दृष्टिकोनातून स्वतःच्याच विचारांची प्रामाणिकपणे चौकशी करा, शोध घ्या. एवढ्या वर्षांपासून तुम्ही ज्या मान्यकथेमध्ये जगत आलाय, त्यातून तुम्हाला काहीच मिळालेलं नाही. त्यामुळे ती कथा कायमची नष्ट करा, जेणेकरून, तुम्ही त्याकडे पुन:पुन्हा वळून बघणार नाही.

सुरुवातीला वर्णन केलेल्या प्रसंगातील मनुष्यानं या नव्या समजेवर सखोल मनन केलं. मग इतके दिवस आपण पत्नीवर प्रेम करण्याऐवजी मनातल्या काल्पनिक कथेवर प्रेम करत होतो, हे त्याच्या लक्षात आलं. त्यानंतर त्यानं स्वतःच्या कथेवर प्रेम करणं पूर्णपणे थांबवलं! त्यानंतर त्याला जाणीव झाली, 'माझी पत्नी लग्नापूर्वी जशी होती, तशीच आजही आहे. तिच्यावर मी कधीकाळी प्रेम करत होतो. पण उगाचच नवी कथा बनवून आता मी विनाकारण दुःख का भोगतोय?'

अशी खऱ्या प्रेमाची समज मिळाल्यानंतर, त्या मनुष्याला स्वतःच्या चुकीची जाणीव झाली आणि त्याचं कथा बनवणं बंद झालं. तुम्हीपण नात्यांमध्ये निष्कारण मान्यकथा बनवून दुःखी जीवन तर जगत नाहीये ना? तसं असेल तर, या गोष्टीतून बोध घेऊन स्वतःच्या चुकांमधून मुक्त व्हा. आपापसातली नाती खऱ्या प्रेमानं आणि योग्य संवादातून जोपासा.

अध्याय
१३

प्रेम, पैसा, वेळ वा ध्यान

एक हिस्सा स्वतःला द्या

'देण्यानं वाढतं' हे रहस्य जाणून याचा उपयोग केवळ इतरांसाठी करायचा नसून स्वत:लाही प्रेम, पैसा, वेळ आणि ध्यान द्यायचं आहे. ते कसं, कधी, कुठे आणि का, हे जाणून आपण आता समृद्ध होऊ या.

वेळ, प्रेम, पैसा आणि ध्यानाने समृद्ध बना

आपल्याजवळ ही जी ठेव आहे, तिचं दहा भागांत विभाजन करून त्यातील एक हिस्सा स्वत:ला द्या. कारण मजेशीर बाब म्हणजे स्वत:ला समृद्ध बनवण्याची ही सहज, सरळ पद्धत आहे.

'समय संपन्न' होण्यासाठी प्रथम वेळेचं नियोजन करण्याची कला शिकायला हवी. 'मला वेळच नाही' असं कित्येक लोक म्हणताना आपण नेहमी ऐकतो. पण त्यांचा वेळ जातो कुठे?

याचं उत्तर म्हणजे ज्याप्रमाणे आपण आपल्या उत्पन्नाच्या नऊ भागात सर्व अंदाजपत्रक बसवू शकतो, त्याचप्रमाणे ठरावीक कालावधीत वेळेचंही नियोजन करू शकतो. समजा, आपल्याला एखादं काम आठवड्यात पूर्ण करा असं सांगितलं, तर तुम्ही ते करून दाखवाल. परंतु तेच काम दुसऱ्या व्यक्तीला देऊन, 'ते पाच दिवसांत

पूर्ण करून दे' असं सांगितलं, तर तीदेखील तेवढ्या कालावधीत ते पूर्ण करते. याचाच अर्थ, ते काम कमी वेळेतही पूर्ण होऊ शकतं.

शिवाय तेच काम एखाद्याला, 'महिन्याभरात करून दे' असं सांगितलं तर ते काम पूर्ण करण्यास त्याला देखील संपूर्ण महिना लागू शकतो. अशा प्रकारे मनुष्य वेळेच्या बाबतीतही अतिशय लवचिक आहे. आहे ना आश्चर्याची बाब?

याचाच अर्थ, मनुष्याला वेळेची जी सीमा दिली जाते, त्या अवधीत तो ते कार्य पूर्ण करू शकतो. कारण त्याच्यात लवचिकतेचा गुण असल्यानं तो स्वतःला परिस्थितीनुरूप बनवतो. म्हणजेच तो वाळवंटातही राहू शकतो आणि हिमालयावरही!

मनुष्य ही ईश्वराची सर्वोत्तम निर्मिती आहे. कारण मनुष्य हा एक असा प्राणी आहे, जो त्याच्यातील लवचिकपणा या गुणामुळे कोणत्याही परिस्थितीत कुठेही राहू शकतो. इतकंच काय पण हिमालयात, वाळवंटात, जंगलात, शहरात... सगळीकडे तो स्वतःसाठी योग्य ती परिस्थितीही निर्माण करू शकतो. तेवढी क्षमता त्याच्यात उपलब्ध आहे. त्यामुळे एकच काम करण्याच्या निरनिराळ्या वेळेत फरक पडण्यामागचं रहस्य म्हणजे मनुष्याला वेळेची जी मर्यादा, सीमा दिली जाते, त्यानुसार तो कार्य करतो.

मनुष्याची जडण-घडण विशेष प्रकारे झालेली असल्याने, त्यानं जर ठरवलं, तर तो जगातलं प्रत्येक कार्य करू शकतो. परंतु जोपर्यंत तो दृढनिश्चय करत नाही किंवा कार्यपूर्ती न होण्यासाठी इतरांवर आरोप करण्याचा बहाणा त्याला मिळतो, तोपर्यंत तो सबबींच्या भोवऱ्यातच अडकून पडतो. या भोवऱ्यातून बाहेर येण्यासाठी पोहायला तो कधीच शिकत नाही. म्हणून आमच्याकडे वेळ खूप कमी आहे, असं कधीच म्हणू नका. कारण तुमच्याकडे जेवढा वेळ आहे, त्यात सर्व कार्यं सहजपणे होऊ शकतात. ज्या महान शास्त्रज्ञांनी मोठे शोध लावले, त्यांच्याकडेही आपल्याइतकाच वेळ होता ना?

उपलब्ध वेळेत जेव्हा तुम्ही काम करण्याचा निर्णय घेता, तेव्हा ते काम निश्चितच पूर्ण होतं. जसं, तुम्ही एखादं कार्य दहा दिवसांत पूर्ण करण्याचं ध्येय ठेवलं तर, आपल्याकडे आता केवळ नऊ दिवस शिल्लक आहेत अशा विचारांनी कार्याची सुरुवात करा. अद्याप माझ्याकडे दहा दिवस आहेत, अशा विचारानं त्यावेळी निवांत राहू नका. मग तुम्ही त्या कार्यासाठी नऊ दिवसांची मर्यादा ठरवून घेतली तर ते त्या अवधीतही पूर्ण होईल हे निश्चित!

तुम्ही हे पुस्तक वाचताय, याचाच अर्थ हा वेळ स्वतःच्या विकासासाठी राखून

ठेवलाय. स्वतःसाठी दिलेला हा वेळ तुमच्या जीवनात मोठा चमत्कार घडवून आणेल.

वेळेचा रचनात्मक उपयोग करून तुम्ही दहा दिवसात होणारं कार्य नऊ दिवसांतच पूर्ण कराल. त्यावेळी शिल्लक राहिलेल्या एका दिवसात तुम्ही अन्य एखादं रचनात्मक कार्य अवश्य करा. मग हा एक दिवसच आपल्या विकासाचं कारण बनेल. या विश्वामध्ये आजवर झालेले सर्व आविष्कार रिकाम्या वेळेतच झाले आहेत. एखाद्याला बाथटबमध्ये, रिकाम्या वेळेत जे विचार सुचले, त्यातूनच पुढे अनेक मोठमोठे आविष्कार घडले.

त्यासाठी आजपासून स्वतःयाठी एक नियम लागू करा, तो म्हणजे तुमच्याकडे किती वेळ आहे, हे स्वतःला बजावून सांगा. जसं, तुमच्या परीक्षेला शंभर दिवस राहिले असतील तर नव्वद दिवसच शिल्लक आहेत असा विचार करा. कारण त्या शंभर दिवसांचे दहा भाग करून तुम्ही त्यातून दहा दिवस वजा केलेत! या दहा दिवसांत परीक्षेसंबंधित जे काही कार्य कराल, त्यामुळे तुम्ही पहिल्या नंबरानं पास होऊ शकाल. हे दहा दिवस तुम्ही पूर्णपणे स्वतःलाच दिलेत, तर तो वेळ तुम्हाला पहिल्या नंबरपर्यंत निश्चितच घेऊन जाऊ शकतो. या दहा दिवसांत तुम्ही इतर विद्यार्थी जे करू शकणार नाहीत असं काहीतरी करून दाखवू शकता. अन्यथा तुम्हाला शंभर दिवसांसाठी जो अभ्यासक्रम मिळालाय, तो अभ्यास कसाबसा करत, रडत-खडत तुम्ही परीक्षा द्याल. पण वाचलेले दहा दिवस म्हणजे तुमच्यासाठी परीक्षेत यश मिळवण्यासाठी जणू बीज रोवण्याचा काळ असतो. या दहा दिवसांतला एक दिवस रचनात्मक कार्यासाठी काढणं म्हणजे उत्कृष्ट बीजारोपण ठरतं. अशा प्रकारे रुजवलेली बीजं तुमच्यासाठी महान कार्य करू शकतात. त्यामुळे याला छोटीशी बाब समजू नका.

याच प्रकारे प्रेमाच्या खात्यावरील बॅलन्स वाढवण्यासाठीही त्यातील एक हिस्सा स्वतःला द्या आणि इतर नऊ हिस्से इतरांना. तुमच्याकडे जो प्रेमाचा हिस्सा असेल, ती तुमची जमापुंजी समजा. मनुष्य आयुष्यभर इतरांकडून प्रेमाची अपेक्षा करून दुःखी राहतो. 'मला प्रेम मिळालं तरच मी इतरांना प्रेम देऊ शकेन,' असं त्याला वाटत असतं. परंतु तो स्वतःच प्रेमाचा स्रोत आहे, हे रहस्य त्याला जीवनभर अवगत होत नाही. खरंतर, त्याला प्रेम मागण्याची काहीच आवश्यकता नसून तो स्वतःच प्रेमाचा स्रोत होऊ शकतो. जितकं प्रेम तो इतरांना देईल, तितकं त्याच्या जीवनात प्रेम वृद्धिंगत होत जाईल. कारण जो स्वतःवर प्रेम करतो, तोच इतरांवरही प्रेम करू शकतो.

प्रेमाचा आणखी एक मुख्य पैलू म्हणजे क्षमा! वास्तविक प्रेम आणि क्षमा या दोन्हीही एकाच नाण्याच्या दोन बाजू आहेत. जिथं प्रेम असतं, तिथं क्षमा असतेच!

जो मनुष्य स्वतःला क्षमा करू शकतो, तोच इतरांनाही क्षमा करू शकतो. अन्यथा इतरांना क्षमा करणं त्याच्यासाठी अवघड होऊन बसतं. 'मी स्वतःलाही कधी माफ केलं नाही, तर इतरांना कसं माफ करणार?' असा विचार तो करतो. पण अशा विचारांनी तो कर्मबंधनात बांधला जातो, हे त्याच्या लक्षात येत नाही. परंतु क्षमा करूनच मनुष्य त्या बंधनांतून मुक्त होऊ शकतो. केवळ इतरांची क्षमा मागणं पुरेसं नाही, तर स्वतःचीही माफी अवश्य मागायला हवी! दिवसभर आपण स्वतःविषयी बरेच चुकीचे विचार करत असतो, त्यामुळेच आपण स्वतःची क्षमा मागणं महत्त्वपूर्ण ठरतं. असं केल्यानं आपण स्वतःला आदर आणि प्रेम द्यायला शिकतो. जो मनुष्य स्वतःवर प्रेम करतो, तो इतरांनाही प्रेम देऊ शकतो हे लक्षात ठेवा.

पैशाच्या, धनाच्या समृद्धीसाठी पगारातील एक भाग स्वतःसाठी वेगळा काढून ठेवा आणि इतर राहिलेले नऊ भाग इतरांना द्या. जसं, दूधवाला, पेपरवाला, नोकर-चाकर, किराणावाला आणि इतर लोक ज्यांचे पैसे तुम्हाला द्यायचे आहेत, ते देऊन टाका. तुम्ही सर्वांना आठवणीनं देता पण स्वतःलाच विसरता! हा स्वतःसाठी राखीव असलेला एक भाग तुमच्या जीवनात फार मोठं कार्य करू शकतो. कदाचित स्वतःसाठी एक भाग काढून ठेवल्यानं आता इतर खर्च कसे निभावणार, असं तुम्हाला वाटू शकतं. पण इतर नऊ भागांमध्ये तुमचे सर्व खर्च भागतातच, हे वास्तव आहे. आपल्याला केवळ तिसरं रहस्य जाणून, ते आपल्या जीवनात अंगीकारायचं आहे.

पैसा हेच तुमचं ध्येय बनता कामा नये. बहुतेक वेळा लोकांकडे पैसा आल्यावर त्यांचा अहंकार बळावतो, त्यांची व्यसनं वाढत जातात. अशा चुका त्यांच्याकडून नेहमीच होतात. परंतु ही व्यसनं वाढत गेल्यावर अनावश्यक खर्च वाढत जातो आणि त्याचं नुकसान होतं. मग इच्छेच्या भुकेपोटी तो तळमळत राहतो आणि त्याचं जीवन नरकासमान बनतं.

लोकांना वाटतं, 'माझा पगार केवळ तीन हजार रुपयेच आहे, तो तीस हजार झाला तर माझ्या सर्व समस्या सुटतील.' परंतु पगार तीस हजारावर पोहोचल्यानंतरही तीच तक्रार सुरू राहते. म्हणजेच मनुष्याच्या इच्छांना (लोभाला) काहीच अंत नाही. त्यामुळे अनावश्यक इच्छा आणि खर्च टाळण्यासाठीच बजेट बनवणं आवश्यक ठरतं.

तुम्ही तुमचं बजेट एखाद्या कागदावर लिहून काढलं, तर तुम्हाला स्वतःचे अनावश्यक खर्च, निष्काळजीपणा लक्षात येईल. कारण बजेटविषयी तुम्ही आत्तापर्यंत कधीच सजग नव्हता. बजेट बनवल्यानंतर तुमचे सर्व आवश्यक खर्च करूनही बचत

होत असल्याचं तुमच्या लक्षात येईल. मग तुम्हाला दान करून जे पुण्याचं कार्य करायचं होतं, विश्वास बीज (विश्वासानं इतरांना दान देणं) पेरायचं होतं, ती कार्येही आता सहजपणे पूर्ण होतील.

म्हणजेच, एका अर्थानं बजेट म्हणजे तुमचा सुरक्षामंत्री होय. ते तुमच्या उच्चस्तरीय इच्छांना तुच्छ इच्छांपासून दूर ठेवतं. तुम्ही जेव्हा बजेट बनवता, तेव्हा या सुरक्षामंत्र्याचं कार्य सुरू होतं. मग तुम्ही तुमचं बजेट लिहिल्यावर मिळकतीच्या नऊ भागांतून कोणकोणत्या इच्छा पूर्ण होऊ शकतात, हे तुमच्या लक्षात येईल.

आता, एक मॅजिक बॉक्स बनवा. त्यावर लिहा, 'मी दररोज चमत्कार घडण्याची आशा करतो. (I expect miracles daily)' मग, तुमची सध्या पूर्ण न होऊ शकणारी इच्छा एका कागदावर लिहून त्या बॉक्समध्ये टाका.

तुम्ही जर असं करू शकलात, तर तुमच्या समृद्धीचा वृक्ष दिवसेंदिवस बहरतच जाईल आणि बचतीच्या हिश्श्यात भरघोस वृद्धी होईल. म्हणजेच तुमच्याकडील पैसा आणखी पैसे खेचून आणेल, जी तुमच्याच मूळ धनाची उत्पत्ती असेल. ती तुम्ही खर्च करू नका! कारण, हे अतिरिक्त धन खर्च केल्यानेच लोकांच्या समृद्धीचा वृक्ष पुढे बहरू शकत नाही हे लक्षात ठेवा. त्यामुळे तुमच्या समृद्धीचा वृक्ष सदैव बहरत ठेवण्याची काळजी अवश्य घ्या. त्याची फळं कधीही खाऊ नका कारण त्या फळांच्या बीजातूनच आणखी फळं निर्माण होतात. हे कार्य निरंतरतेनं आणि निष्ठेनं चालू ठेवलंत, तर सर्व अनावश्यक गोष्टी समाप्त होतील. मग तुम्ही अशी सुवर्णसंधी शोधू शकाल, जिच्यामुळे तुमचे दिवस पालटतील.

म्हणून आजपासूनच इतरांच्या नव्हे, तर स्वतःच्या पैशांकडे लक्ष द्यायला सुरुवात करा. या ध्यानाच्या शक्तीतूनच पैशाला ध्येयप्राप्तीचा राजमार्ग बनवा. कारण पैसा म्हणजे साधन असलं तरी ते तुमचं ध्येय निश्चितच नव्हे. म्हणून स्वतःचं ध्येय गाठण्यासाठी पैशाचा उपयोग करून, त्याला वरदान बनवा.

समृद्धीचं हे रहस्य समजून घेतल्यावर, त्यानुसार कार्याची सुरुवात करा. जसजसं जीवनात तुम्हाला याचे परिणाम दिसू लागतील, तसतसं तुमच्या लक्षात येईल, की ही सवय प्रत्येक मनुष्यानं अंगीकारायलाच हवी.

शिवाय, **ध्यानाची दौलत** वृद्धिंगत करण्यासाठी रोज ध्यानात बसा. त्यामुळे तुम्ही ध्यानाचा एक हिस्सा स्वतःला देऊ शकाल. कारण ध्यान म्हणजे सर्वोच्च दौलत

होय! रोज ध्यानात बसल्यानं केवळ आत्मविकासच नव्हे, तर आध्यात्मिक विकासही निश्चितपणे होतो.

त्यामुळे स्वतःसाठी आता ध्यानाची वेळ आणि कालावधी ठरवून घ्या. रोज त्याचवेळी ध्यानाला अवश्य बसा. त्यानंतर हळूहळू ध्यानाचा कालावधी वाढवत न्या. ज्यांना ध्यानात बसण्याची सवय नसेल, त्यांनी छोट्या कालावधीपासून सुरुवात करायला काहीच हरकत नाही. रोज कमीतकमी १० मिनिटंतरी ध्यानात बसायला सुरुवात करा. दर महिन्याला त्याचा कालावधी वाढवत जा. अशाप्रकारे दररोज स्वतःसाठी ध्यानाची दौलत जमा करा.

अध्याय १४

चौथं रहस्य

आपल्याला कोणत्या गोष्टीची आवश्यकता आहे

आपल्याशिवाय आपल्या आवश्यकतांविषयी आणखी कोण जाणू शकतं बरं? याचं उत्तर निश्चितच सहज, सोपं आहे आणि ते म्हणजे ईश्वर! ईश्वरालाच आपल्या आवश्यकता ठाऊक असून तो त्या कशा प्रकारे पूर्ण करतो हेच जीवनाचं चौथं रहस्य आहे.

'जीवनात आपल्याला जी गोष्ट मिळते, ती त्यावेळी आपली आवश्यकता असते.' हे वाक्य पुन्हा वाचून या रहस्यमयी ओळीचा अर्थ आपण आता जाणणार आहोत.

एकदा एक गृहिणी तिच्या घरासाठी डायनिंग टेबल घ्यायचा विचार करत होती. त्यानंतर तिला ऑनलाईनवर एक स्वस्त आणि मस्त डायनिंग टेबल दिसला. शिवाय तो एकच पीस शिल्लक राहिल्याने लगेच ऑर्डर द्यावी असं तिला वाटलं. न जाणो तोही पीस विकला गेला तर... परंतु तिने ऑर्डर करताच तो टेबल आऊट ऑफ स्टॉक झाल्याचं तिला समजलं. अशा प्रकारे ती खूप दुःखी झाली आणि नशिबाला दोष देऊ लागली. ईश्वरानं माझी ही आवश्यकता का पूर्ण केली नाही?

मग असेच काही दिवस व्यतीत झाले. एकदा अचानक खूप पैसे खर्च करण्याची

वेळ तिच्यावर आली. त्यावेळी तिला पैशाची आवश्यकता भासली आणि आश्चर्य म्हणजे तिच्या अकाउंटमध्ये तिला जितके पैसे हवे होते, तितकेच शिल्लक होते. तत्क्षणी तिच्या लक्षात आलं, 'अरेच्च्या, ईश्वराला तर माझी गरज काय हे माझ्यापेक्षा अधिक ठाऊक आहे.'

कदाचित आपलं मन हे चौथं रहस्य लगेच स्वीकारणार नाही. परंतु या रहस्याची, वास्तवाची आपल्याला जेव्हा प्रचिती येईल, तेव्हा आपणच म्हणाल, 'खरोखरच, ईश्वराद्वारे माझ्या विकासासाठी जी काही व्यवस्था होत आहे, ती केवळ माझ्या प्रार्थनेमुळेच! वास्तविक अज्ञानवश, माझी आवश्यकता काय आहे, हेच मुळी मला ठाऊक नव्हतं.'

आता हे चौथं रहस्य जाणल्यानंतर, आपल्या सभोवताली जे घडतंय त्याचं अवलोकन करा! 'जे काही घडतंय ती माझी आत्ताची आवश्यकता आहे' हा विचार करून आपला दृष्टिकोन त्वरित बदला. मात्र, ती परिस्थिती बदलण्याचा, हाताळण्याचा प्रयत्न करायचाच नाही, असा याचा अर्थ अजिबात नाही. परिस्थिती बदलण्याचा प्रयत्न अवश्य करा पण हे रहस्य जाणूनच. मग, आपण स्वीकारभावासह त्या वर्तमान क्षणात स्थापित व्हाल.

समजा, तुम्हाला खोकला येत असेल तर स्वत:ला विचारा, 'ही माझ्या या क्षणाची गरज आहे का?' सखोल विचार केला तर उत्तर येईल, 'होय'. कारण त्या खोकल्यावर इलाज करून तुम्हाला भविष्यात स्वास्थ्य मिळावं, हा नियतीचा संकेत असू शकेल. शिवाय हा छोटासा संकेतही तुम्हाला सुचवत असतो, की आता तुम्हाला सजग व्हायचं आहे. हे रहस्य जर तुम्हाला रुचलं नाही तर त्या खोकल्याचाही तुम्ही विरोध कराल. मलाच खोकला का येतोय... मी काय खाल्लं असेल बरं... मग हा विरोधच अज्ञान आणि निराशेला जन्म देतो, जेणेकरून आपलं वर्तमान बिघडतं. मात्र चौथं रहस्य समजून, त्यानुसार प्रतिसाद दिल्यानं आपलं वर्तमान सावरेल, त्याचं सुंदर रूप साकारेल.

मनुष्याचं मन नेहमी भूत आणि भविष्यातच रेंगाळत राहतं. भविष्याच्या चिंतेनं तो स्वत:चीच चिता तयार करतो. तरीही लोक ज्योतिषांकडे खेटे घालतच राहतात. कारण ज्योतिषी तुम्हाला कधीही सांगणार नाही, की काही गोष्टी आधी ठाऊक नसणं किती अत्यावश्यक आहे. ते आपल्याला नेहमी भाग्य-नशिबातच गुंतवून ठेवतील. सुख-दु:ख भोगण्यातच कैद करतील. कारण त्यांचा उदरनिर्वाह यावरच चालतो. मात्र

आपल्याला या कैदेतून सुटका करून घ्यायची असेल तर भाग्य नव्हे, तुमचा दृष्टिकोन बदलावा लागेल.

आपल्याला केवळ मनाला आवडणारं सत्य जाणून घ्यायचं नाही तर 'असली सत्य', खरं सत्य जाणायचं आहे. कारण मनुष्य मनपसंत सत्य जाणून आयुष्यभर दु:खीच राहतो. मग हे सत्यच त्याच्या गळ्याचा फास बनतो आणि ते अपूर्ण ज्ञान त्याला पचवताही येत नाही, बाहेरही टाकता येत नाही. म्हणून जे खरं सत्य (जीवन सत्य) आहे, तेच आपल्याला मिळावं, जेणेकरून आपलं आयुष्य सर्वोत्तम व्हावं.

आपल्या आयुष्यात ज्या घटना घडताहेत, त्या कोणत्या स्वरूपाच्या आहेत? समजा, एखादा मनुष्य तुम्हाला शिवी देऊन गेला त्यावेळी, 'ही माझी या क्षणाची गरज आहे. हे तेच आहे, ज्याची मला आवश्यकता आहे' असं तुम्ही आता निश्चितच म्हणू शकाल. कारण महानच्या (ईश्वराच्या) घरात म्हणजेच या जगात आपण अतिथी आहोत आणि आपले धडे (सत्य) शिकण्यासाठीच प्रत्येक घटना आवश्यक असते. याचाच अर्थ, जे काही होतंय ते या क्षणाची आपली गरज आहे. मग ती शिवी असली तरी!

आता स्वत:लाच विचारा, 'माझ्या मनाला भावणारं सत्य मला हवंय, की भगवान बुद्ध, भगवान महावीर, संत नामदेव, संत एकनाथ, संत ज्ञानेश्वर, गुरू नानक, मीराबाई, संत राबिया, संत जनाबाई, संत सहजोबाई यांसारख्या संतांनी जाणलेलं सत्य मला जाणायचंय? मला केवळ मनोकल्पनेत तर रमायचं नाही ना? आपलं उत्तर जर, 'होय, मला खरं सत्यच जाणायचं आहे' असं असेल तर हे पुस्तक अखेरपर्यंत वाचा.

जीवन जगणं टाळू नका

लोक नेहमी भूत-भविष्याच्या कल-कल मध्येच जगतात. परंतु जीवन तर आज, आता, या क्षणी उपलब्ध आहे, जे ते जगतच नाहीत. अशा प्रकारे लोक जगायचंच टाळतात. ते विचार करतात, आधी पैसे मिळवू... खूप खाऊन-पिऊन घेऊ... मस्त फिरायला जाऊ... मग कसं जगायचं ते पाहू. अशा प्रकारे ते वर्तमानात न राहता संपूर्ण जीवन असंच व्यतीत करतात. जेथे सत्यही नाही आणि वर्तमानही नाही, अशाच जागी त्यांचं मन भरकटत असतं. परंतु आपण वर्तमानात यथेच्छ जीवन जगा आणि आनंद प्राप्त करा. चौथं रहस्य याविषयीच आपल्याला सतर्क करतं.

अध्याय १५

'हे तेच आहे' चौथ्या रहस्याचा महामंत्र
न मान, न नमान केवळ जाण

'हे () तेच आहे, ज्याची मला गरज आहे' मग या ब्रॅकेटमध्ये शिवीही असू शकते किंवा प्रशंसादेखील. या क्षणी आपल्यासोबत जी घटना घडत आहे, ती योग्य दृष्टिकोनातून पाहता यावी म्हणून ती ब्रॅकेटमध्ये टाकायची आहे. आपल्या हाताच्या चित्रानुसार मुद्रा बनवून हा मंत्र म्हणा, 'हे तेच आहे, ज्याची या क्षणी मला गरज आहे.' मग, हा मंत्र आपल्या जीवनात चमत्कार घडवून आणेल.

समोरचा मनुष्य योग्य प्रतिसाद देत नाहीए... ट्रॅफिक जॅम आहे... मंदिराच्या बाहेर ठेवलेली माझी चप्पल चोरीला गेली... या सर्व घटना ब्रॅकेटमध्ये येतील. अशा प्रकारे प्रत्येक घटनेच्या वेळी तुम्ही या महामंत्राचं उच्चारण करा.

'हे तेच आहे' (This is that) हा छोटा परंतु अतिशय शक्तिशाली मंत्र आहे. जीवनात याचा उपयोग करताच तुमचा दृष्टिकोन बदलून वर्तमानात तुम्ही सजग व्हाल. शिवाय नवं काही शिकण्यासाठी तयार व्हाल.

समजा, सकाळी उठल्यानंतर लाईट गेलेली असली किंवा एखादी गोष्ट मनासारखी घडली नाही तर लगेच म्हणा, 'हे तेच आहे, ज्याची या क्षणी मला गरज आहे.' खरंतर असं म्हणायला मन आधी तयारच होणार नाही. परंतु त्या वेळी मनाला सांगा, 'हेच सत्य आहे, वास्तव आहे.'

आपलं मन जितक्या लवकर हे सत्य स्वीकारेल, तितका जास्त आनंद त्याला घेता येईल. मग तुम्हाला आनंद उपभोगायचा की नाही हे तुम्हीच ठरवायचं आहे. वास्तविक अगदी या क्षणीदेखील आपल्याला ती अवस्था प्राप्त होऊ शकते.

प्रत्येक घटना, वस्तू आणि समस्यांना जेव्हा तुम्ही ब्रॅकेटमध्ये टाकता, तेव्हा आपलं मन शांत होतं. अन्यथा घटना ब्रॅकेटमध्ये टाकली नाही तर ती त्रासदायक ठरते. कारण ब्रॅकेटमध्ये टाकल्यानंतरच ती स्वीकृत होते. हाच या ब्रॅकेटचा, सत्याचा चमत्कार आहे.

हे समजेनं परिपूर्ण असलेलं वाक्य तुम्ही या लहान मंत्राद्वारेही उच्चारू शकता. 'हे तेच आहे, ज्याची या क्षणी मला गरज आहे.'

हा मंत्र वाचल्यानंतर आपल्याला वाटेल, उगाच काहीतरी शब्द जोडून एक वेगळंच वाक्य तयार केलंय. एखाद्याला याचं महत्त्व नसेलही कदाचित, पण आपल्यासाठी मात्र हा मंत्र आहे, 'हे तेच आहे.' कारण याचं महत्त्व आपल्याला ठाऊक आहे. या शब्दांसोबत एक समज, जीवनाचं रहस्य जोडलं गेलंय. म्हणून छोटे शब्दही परिणामकारक ठरतात. ही गोष्ट या रहस्याच्या बळावरच आपण समजू शकाल. शिवाय जेव्हा हे रहस्य पूर्णतः आपल्यासमोर उलगडेल तेव्हा आपण म्हणाल, 'खरोखरच हे किती महान सत्य आहे!'

एकदा एक फकीर संत आपल्या शिष्य वृंदासह एका गावाजवळून जात होते. तेव्हा शिष्य त्यांना म्हणाले, 'दुसरं गाव अद्याप खूप दूर आहे. म्हणून आपल्याला तेथे पोहोचायला वेळ होईल आणि आता तर अंधार पडायला सुरुवात झालीये. तेव्हा आपण आता येथेच मुक्काम करूया.' पण फकीर संत म्हणाले, 'नको, आपण पुढच्या गावी मुक्कामाला जाऊ.' यावर शिष्य काही बोलू शकले नाहीत. ते तसेच चालत राहिले आणि काही वेळानं सर्वजण पुढच्या गावात मुक्कामासाठी पोहोचले. त्या गावात अन्य संप्रदायांच्या लोकांचं अधिक प्राबल्य होतं म्हणून त्यांनी संतांना व शिष्यांना राहण्यासाठी जागा दिली नाही. शिवाय भोजन देण्याचंही नाकारलं. त्यावर शिष्य नाराज

होऊन म्हणाले, 'आपण या गावात यायलाच नको होतं, मागच्या गावातच थांबायला हवं होतं. आता इतक्या रात्री आपण कुठे जाणार?'

त्यावर संत म्हणाले, 'थांबा, इतक्या लवकर अनुमान लावू नका. जे चाललंय ते केवळ बघत राहा.' त्या शिष्यांना जर 'हे तेच आहे, ज्याची आपल्याला गरज आहे' हा मंत्र ठाऊक असता तर ते इतके त्रस्त, दुःखी झाले असते का?

आता सर्वजण त्या गावातून मार्गस्थ झाले. पुढे त्यांना एक पडका वाडा दिसला. त्याचं अर्ध छत तुटलेलं होतं. मग काहीशा नाइलाजानंच त्यांनी तेथे झोपण्याचा निर्णय घेतला. उद्विग्न मनानं, उपाशी पोटीच ते तिथे झोपले. त्या दिवशी पौर्णिमा असल्यानं आकाशात पूर्ण चंद्र दिसत होता आणि तेही तुटलेल्या छताच्या फटीतून! अतिशय लोभस, मनमोहक, अद्भुत असं ते दृश्य होतं. फकीर आपल्या शिष्यांना उठवत म्हणाले, 'अरे झोपलात काय? उठा आणि आधी ते आकाशातील रमणीय दृश्य पाहा.' आणि काय आश्चर्य, ते दृश्य पाहताच सर्व शिष्यांच्या मनात आनंदाच्या लहरी तरंगू लागल्या. क्षणार्धात त्यांच्या अंतर्यामी समाधीचा अनुभव जागृत झाला.

सकाळी उठताच शिष्यांना आपल्या अज्ञानाची कीव आली. त्यांना वाटलं, 'आपण जर येथे आलो नसतो तर हा दिव्य आनंद आणि समाधीची अनुभूती आपल्याला कशी बरं आली असती?' याचाच अर्थ, प्रत्येक क्षणी जी घटना घडतेय ती त्या वेळची आपली आवश्यकता असते, हेच वास्तव आहे. जणू ते संत त्यांच्या शिष्यांना जीवनाचं हे चौथं रहस्यच समजावून देत होते.

आपल्या बाबतही असं कित्येकदा घडत असेल, एखादी घटना घडत असताना ती चुकीची आहे... माझ्यासोबत आताच असं होण्याची गरज होती का...? असं वाटतं. पण पुढे जाऊन तीच अर्थपूर्ण असल्याची प्रचीती येते. आधी त्या शिष्यांनाही असंच वाटलं, 'खरंतर आपण येथे यायलाच नको होतं...' परंतु वास्तवात कोणत्या गोष्टीची तयारी चालली होती? त्या संतांना कोणता अनुभव शिष्यांना द्यायचा होता? आजच्या वर्तमानानं भविष्यात कोणतं सुंदर दृश्य साकारणार होतं, हे त्यांना अवगत नव्हतं. परंतु जो मनुष्य उच्च दृष्टिकोनातून सर्व घटनांकडे पाहतो, तोच समजू शकतो, 'हे तेच आहे, ज्याची मला गरज आहे.' (This is that.)

एकदा एक मुलगा भूलभुलैय्यात फसला. आता, तिथून बाहेर कसं पडायचं हे त्याला काही केल्या समजत नव्हतं. सगळीकडे आडवी-तिडवी वळणं होती. तो त्यातल्याच एका चुकीच्या रस्त्यानं निघाला. तेवढ्यात त्याच्या गालावर जोरदार थप्पड

पडली. पण त्या वेळी 'हेच ते आहे' असं तो म्हणू शकला नाही. मात्र ती चपराक खाताच तो योग्य दिशेनं वळला आणि त्या भूलभुलैय्यातून बाहेर पडला. पण थप्पड लागली त्यावेळी जर त्याला विचारलं असतं, 'ही तुझी गरज आहे का?' तर ते त्यानं मान्य केलं असतं का?

परंतु थप्पड खाऊनच तो योग्य दिशेनं गेला. तेव्हा त्याला जाणवलं, खरंतर ही चपराक मिळण्याचीच मला गरज होती. कारण त्यामुळेच मला योग्य मार्ग, योग्य दिशा गवसली. पण तेव्हा जर त्याला विचारलं असतं, 'या थपडीची तुला गरज होती का?' तर तो 'नाही' असंच म्हणाला असता.

अशा प्रकारे योग्य समज नसल्यानं लोक आपल्या आयुष्यात घडणाऱ्या घटना सहजासहजी स्वीकारू शकत नाही. म्हणून ते दु:खातच जीवन जगतात, हे आपण पाहिलंच असेल. परंतु यातून बाहेर पडण्यासाठी त्यांच्याकडे योग्य समजेद्वारे प्राप्त झालेलं साहसच असायला हवं. वास्तवात प्रत्येक माणसात सत्यप्राप्तीच्या मार्गावर चालण्यासाठी साहस आणि समज असायलाच हवी. मात्र मनाला सत्य अतार्किक वाटतं. मन म्हणेल, 'ही घटना मला अस्वीकार आहे.' तेव्हा आपणच दृढतेनं त्याला सांगायला हवं, 'अरे, हे तेच आहे, ज्याची मला गरज आहे.'

जसं, ऑफीसमध्ये आपला एखादा सहकारी तुमची आयडिया, कल्पना स्वत:ची म्हणून त्याच्या नावानं प्रस्तुत करतो. शिवाय त्याला त्याचं श्रेय मिळून प्रशंसाही मिळते. त्यावेळी तुम्हाला लगेच स्मरण व्हायला हवं, 'हे तेच आहे, ज्याची मला आवश्यकता आहे.' कारण मनाला ज्ञान नसल्यानं ते म्हणेल, 'असं कसं... कल्पना माझी आणि श्रेय त्याला...?' पण, या गोष्टी तर ईश्वर जाणतच असतो! शिवाय प्रत्येकाच्या गरजांचाही विचार तो योग्य प्रकारे करत असतो.

रहस्य मानू नका, केवळ जाणा

ज्या शरीरात नवे, उत्साही, रचनात्मक, सृजनाचे विचार येतात, त्यात अवश्य काही गुण असतात. शिवाय नवीन विचारांविषयीची ग्रहणशीलताही निश्चितच असणार! कारण विचार आपल्या चारही बाजूंनी येत असतात, ते शरीराद्वारे निर्मित नसतात. आपल्याला जो (ईश्वर) विचार देत असतो, तो बघत असतो, कोणतं शरीर पारदर्शक, कपटमुक्त आहे... रचनात्मक विचार ग्रहण करण्यासाठी योग्य आहे... कोणत्या शरीराद्वारे नवनिर्मिती होऊ शकते... मात्र विचारांचा स्रोत आपल्याजवळच असल्यानं आपण म्हणू शकाल, 'हे तेच आहे, ज्याची मला गरज आहे.' कारण आता

आपण ती प्रज्ञा, समज प्राप्त केली आहे. तरीही आपलं मन आढे-वेढे घेईल आणि म्हणेल, 'मी हे मानणार नाही'. तेव्हा त्याला ठामपणे सांगा, 'तू ही गोष्ट मान्य कर असं तुला सांगितलंच जात नाही, तर केवळ जाण' हेच दर्शवायचं आहे.

आपण जर हे रहस्य, सत्य जाणलं असेल तर मग मानण्याची आवश्यकताच नाही. पण जोवर जाणत नाही तोवर मानावंच लागतं. कारण तेथूनच सुरुवात होते. म्हणून तुमच्या मनाला सांगा, 'तू मान्य किंवा अमान्य करण्याच्या फंदातच पडू नकोस. केवळ जाण, कारण हेच सत्य आहे. घटना घडल्यानंतर जेव्हा पुढचं दृश्य समोर प्रकटतं, किमान ते बघून तरी सजग हो...' आपलं मन जेव्हा या गोष्टी समजून घेईल, तेव्हा ते संयमी बनेल. शिवाय समस्यांचं निरसन कसं होतं, हेदेखील लक्षात येईल. आपल्या मनासाठी हा दृष्टिकोन अत्यावश्यक आहे. जेणेकरून मनाला परिपक्वता (मॅच्युरिटी), सहनशीलता, सत्याविषयीची ग्रहणशीलता, पवित्रता आणि शुद्धता प्राप्त होईल. मग मनाचा सगळ्या गोष्टींकडे बघण्याचा दृष्टिकोनच बदलून जाईल.

एखादी घटना घडत असते तेव्हा, ती का घडतेय हे त्या वेळी आपल्या लक्षातच येत नाही. घटनाचक्रात अडकल्याने त्या वेळी हे समजू शकत नाही, तुम्ही काटे पेरत आहात, की चुकीची कर्मं करत आहात? पण तेव्हा तुम्ही सजग नसल्याने तुमच्याकडून मनन होत नाही. मात्र आता योग्य मननाद्वारे सर्वोत्तम कर्मरूपी बीजाची पेरणी करावी.

प्रस्तुत पुस्तकात दिलेल्या पाच रहस्यांच्या अंतर्गतच आपलं संपूर्ण जीवन येतं. म्हणून ही रहस्यं जाणून संपूर्ण आनंदी जीवन जगायला सुरुवात करा.

आपल्याला ज्या गोष्टीची आवश्यकता असते, ती मिळतेच. आपण आता हे पुस्तक वाचताय. याचाच अर्थ, याची कुणाला गरज असेल-नसेल... मात्र आपल्याला याची नितांत आवश्यकता आहे. काही लोक इतरांना पाहून त्यांना मिळालेल्या ज्ञानाचीही कदर करत नाही, लाथाडतात. ते विचार करतात, 'इतर लोक कुठे अशी पुस्तकं वाचतात. मग मीच का वाचायचं?' परंतु आपल्याला मिळत असलेलं मार्गदर्शन, केवळ तुमच्या योग्यतेनुसारच आहे, याची खात्री बाळगा. आपण उच्च मार्गावरून वाटचाल करत आहात. तेव्हा त्यात उपयुक्त ठरणाऱ्या गोष्टींचंच आपल्या जीवनात पदार्पण होईल. ही समज ठेवून अग्रेसर होताच आयुष्यात कुठल्याही घटनेनं आपण त्रस्त होणार नाही.

अध्याय १६

निराशेत दडलेली आशा

मी प्रत्येक घटनेला शिडी बनवू शकतो का

एखादी घटना स्वीकारल्यानंतर पुढचं पाऊल आहे, त्याच घटनेला विकासाची शिडी कशी बनवता येईल?

आता स्वत:लाच विचारा, 'जी दु:खद घटना घडली आहे, तिलाच मी विकासाची शिडी कशी बनवू शकेन?'

सापाला शिडी कशी बनवायची, हे आपण पहिल्या रहस्यात जाणलंत. तीच कला आपल्याला जीवनाच्या चौथ्या रहस्यातही उपयोगात आणायची आहे. कारण सापाला शिडी बनवूनच आपण विकासाचं लक्ष्य गाठू शकतो, ध्येयाप्रत पोहोचू शकतो. विकासावर ध्यान म्हणजे सापाला शिडी बनवण्याचं ज्ञान! आपल्या जीवनात असलेले, निराशा, तणाव आणि चिंतारूपी साप आपल्याला खऱ्या आनंदापासून वंचित ठेवतात. खरंतर याच गोष्टींद्वारे असली आनंद प्राप्त होऊ शकतो. म्हणून यांचा उपयोग आपण शिडीप्रमाणे करायला हवा.

काही लोकांच्या जीवनात दु:ख येताच ते विचारतात, 'मी निराश का झालोय?' तेव्हा त्यांना सांगायला हवं, 'तुमचं हार्दिक अभिनंदन', कारण जे लोक निराश होतात, तेच शोध घेतात आणि त्यानंतरच ही निराशा आपल्याला तेजविकासाकडे, अंतिम

सत्याकडे अग्रेसर करतेय, हे जाणवतं. तणाव आल्यानंतरच आपण दु:खी का आहोत, ही वस्तुस्थिती जाणण्याचा प्रयत्न मनुष्य करतो. 'माझ्या अंतर्यामी अशी कोणती स्थायी गोष्ट आहे, ज्यायोगे संपूर्ण जीवनाचा कायापालट होऊ शकतो? दु:खाकडे कोणत्या दृष्टिकोनातून बघायला हवं?' असे प्रश्न विचारल्यानं सत्याचा शोध सुरू होतो. म्हणून तणाव आला तर भयभीत होऊ नका तर त्या तणावामुळे जो तणाव येतो, त्याच्यापासून आधी मुक्त व्हा. काही लोकांना, 'मला क्रोध का येतो? तणाव का येतो? खरंतर माझ्यासोबत असं व्हायलाच नको...' हीच चिंता त्यांना भेडसावत असते. तेव्हा त्यांना सांगायला हवं, 'ठीक आहे, तुला क्रोध आला आहे तर येऊ दे. पण क्रोधावर जो क्रोध येतोय ना, तो हानिकारक आहे.' हे जरी समजून घेतलं तरी तुम्ही एका नव्या दृष्टिकोनातून प्रत्येक गोष्टीकडे पाहू लागाल.

निराशा आल्यानंतर नेमके काय बदल घडतात हे बघायला हवं. मग तुम्हीच म्हणाल, 'किती चांगलं झालं, ही निराशा आली... अन्यथा मी माझ्या आयुष्यात संपूर्ण विकास कसा करू शकलो असतो बरं?'

जे लोक एखाद्या गोष्टीसाठी व्याकूळ होत नाहीत, ते जीवनात कोणतंही महान कार्य करू शकत नाही. आयुष्याच्या सुख-दु:खरूपी खेळातच ते हरवून जातात. म्हणून निराशा किंवा दु:खाला वाईट न समजता यशप्राप्तीची शिडी बनवली पाहिजे. यासाठी स्वत:लाच विचारा, 'मी याला शिडी बनवू शकतो का?' उत्तर येईल, 'हो निश्चितच!'

अध्याय १७

'हे तेच आहे' या मंत्राचा उपयोग

विश्वासाची नक्कल करा

आपल्या दैनंदिन जीवनात आपण चौथ्या रहस्याच्या महामंत्राचा उपयोग नक्कीच करू शकतो.

'जीवनात आपल्याला जेव्हा जी गोष्ट मिळते, ती त्या वेळेची आपली गरज असते.' हा जीवनाचा नियम आहे. हा नियम आपल्या मानणं किंवा न मानणं यावर अवलंबून नसून, ते अटळ सत्य आहे. यासाठी या नियमाचा जीवनात पुरेपूर लाभ घ्या. ज्यायोगे आपण दररोजच्या जीवनातील छोट्या-छोट्या घटनांपासून, त्रासांपासून निश्चितच मुक्त व्हाल. त्याचबरोबर जीवन जगण्याचा आनंदही घेऊ शकाल.

समजा, आपण लिफ्टपुढे बराच वेळ उभे आहात आणि लिफ्ट लवकर खाली येतच नसेल, तर अशावेळी चौथ्या रहस्याचा मंत्र उच्चारा, 'हेच ते आहे ज्याची मला गरज आहे.' मग जोवर लिफ्ट येत नाही तोवर आपण वर्तमानात राहाल. त्यावेळी आपल्याकडे जो मोकळा वेळ आहे त्याचा उपयोग अवतीभवती आश्चर्य करण्यासारख्या कोणत्या गोष्टी आहेत हे बघण्यासाठी करा. अशा प्रकारे, स्वतःला वर्तमानात ठेवा. अन्यथा मनुष्याचं मन सारखं भूतकाळात आणि भविष्यकाळात झेपावत राहतं. मग तो ईश्वराकडे प्रार्थना करतो, 'हे परमेश्वरा, मला धीर दे, साहस दे.' परंतु तरीही लिफ्ट आली नाही तर

तो चिडतो. मात्र असं होणं हे आपल्या प्रार्थनेचंच फळ असल्याचं त्याच्या लक्षात येत नाही. जेव्हा आपण एखाद्या रांगेत प्रतीक्षा करत असतो, मग ती रांग रेशनसाठी असो वा टेलिफोन बिल भरण्यासाठी... तेव्हा स्वतःलाच सांगा, 'मला धैर्य द्या अशी जी प्रार्थना मी केलीय तिचंच हे प्रत्यंतर आहे.' किती सुंदर प्रकारे आपली प्रार्थना पूर्ण होतेय! ज्याला जीवनातील या महान रहस्याची कल्पना नाही, अशा लिफ्टसाठी वाट बघणाऱ्या व्यक्तीला जर आपण म्हटलं, 'जे होतंय ती आपली गरज आहे आणि ते आपल्याच प्रार्थनेचं फळ आहे' तर ती लगेच नाराज होईल.

आपण धैर्यवान बनू इच्छित असाल तर आपल्या आयुष्यात अशा काही घटना घडतील, ज्या आपल्याला धैर्य प्रदान करतील. धैर्य मिळणार म्हणजे आकाशातून फुलांचा वर्षाव होईल, आकाशवाणी होईल आणि आपण एकदम धैर्यवान बनाल असं समजू नका. अशा गोष्टी परिकथांमध्ये केवळ मुलांच्या समजुतीसाठी सांगण्यात येतात. आपण जर काही प्रार्थना करत असाल, जसं, 'देवा, मला साहस दे,' त्यानंतर आपल्या जीवनात काही अशा घटना घडतील, जेणेकरून एखादा माणूस तुम्हाला भीती दाखवेल. अशा वेळी आपण म्हणाल, 'आता या घटनेनं माझं साहस वाढेल. ही घटना म्हणजे माझी गरज आहे. हेच ते आहे.' असे विचार मनात येताच आपण त्या घटनेकडे एक आव्हान म्हणून बघाल. शिवाय अल्पावधीतच आपलं साहस वाढल्याचा विश्वासही वाटेल. त्याचप्रमाणे दुसरीही एक शक्यता आहे. जर या रहस्याचं स्मरण राहिलं नाही तर विचार येईल, आपण साहसासाठी प्रार्थना केली आणि आपल्यावर भयभीत होण्याची पाळी आली! या कल्पनेनंच आपल्याला वाईट वाटून ती भीती आपल्याला त्रासदायक ठरेल. मग त्यामुळे कदाचित आपला रक्तदाब वाढेल किंवा आपण आजारीही पडाल. पण आपल्या प्रार्थनेने हा प्रकार घडला हे त्या वेळी लक्षातही येणार नाही.

ही सगळी रहस्यं माणसाला ज्ञात झाली तर तो कशा प्रकारे जीवन व्यतीत करेल याची कल्पना करा. ज्याला ही रहस्यं ज्ञात आहेत, ज्याचा या रहस्यांवर दृढ विश्वास आहे त्याचं जीवन निश्चितच खूप आनंदी व सुख-शांतीपूर्ण असेल, यात शंकाच नाही.

दृढ विश्वासाची नक्कल व्हावी

येशू ख्रिस्त किती सहजपणे सुळावर चढले हे आपल्याला ठाऊक आहे. जिझसच्या अंगी जी समज होती, तीच समज आपण प्राप्त करायची आहे. त्यांच्यात जो दृढ विश्वास होता, तसाच विश्वास आपल्यातही यायला हवा. त्या विश्वासाचीच उजळणी, नक्कल व्हायला हवी.

अनेकदा लोक बाह्यत: कोणाची तरी नक्कल करत असतात. कधी-कधी तर एखाद्या फिल्मस्टारचीही नक्कल करतात. पण ज्यांच्यावर त्यांचा दृढ विश्वास असतो त्याची नक्कल मात्र ते करत नाहीत. येशूच्या अंत:करणात जो दृढ विश्वास होता तो आपल्या हृदयातही प्रस्फुटित व्हावा, असंही त्यांना वाटत नाही. खरंतर ज्या क्षेत्रात आपल्याला प्रगती साधायची आहे त्या क्षेत्रातील अग्रगण्य व्यक्तींमध्ये जी दृढता (Conviction) असते, तिची नक्कल करायला हवी. बाह्यत: लोक सिगारेट, मोबाईल, ब्रँडेड कपडे वगैरेची नक्कल तर करतात, परंतु या साधनांनी त्यांचा आत्म विश्वास वाढतोच असं नाही. त्यांच्यात आत्मविश्वास, भक्ती, प्रेमाची दृढता आहे तशीच आपल्या हृदयातही असायला हवी हा उद्देश नक्कल करण्यामागे हवा.

हे मंत्र, ही रहस्यं आणि हे आत्मज्ञान (समज) आपला संकोच वा भय नष्ट करण्यासाठी, प्रत्येक घटनेकडे योग्य प्रकारे बघता यावं यासाठी देण्यात आलं आहे. त्यांच्याकडे आपल्याला चौथ्या नेत्रातून बघायचं आहे. ही रहस्यं जाणून घेतल्यावर निश्चितच आपला दृष्टिकोन बदलेल. शिवाय कुठल्याही घटनेकडे आपण आत्तापर्यंत जसं पाहात होता तसं न पाहता वेगळ्या दृष्टिकोनातून बघाल. आपण लिफ्टची प्रतीक्षा करत असाल तर ती प्रतीक्षाही आता आनंददायी वाटेल. ही प्रतीक्षा जर आनंद देत नसेल तर आपण काहीतरी विसरत आहात हे नक्की! वास्तवात आपण नेमकं काय विसरला आहात, याचं स्मरण होणं आवश्यक आहे. आपल्याला महान रहस्याचं जे ज्ञान मिळालंय, त्याचंच विस्मरण होत आहे. त्यामुळेच लिफ्टच्या प्रतीक्षेची घटना आपल्याला त्रासदायक ठरते. ही समज आपल्याला प्राप्त होताच त्या प्रतीक्षेचा आनंद वाटेल आणि लिफ्टही लगेच येईल.

वर्तमानातील योग्य प्रतिसाद

समजा, आपण रस्त्याने जात आहात आणि ट्रॅफिक जाममुळे रस्ता बंद आहे. अशा वेळी आपल्याला नक्कीच राग येतो. परंतु जीवनाचं चौथं रहस्य ज्ञात झाल्यावर 'This is that what I need' हा मंत्र आठवून आपण न रागवता शांत राहाल, हे निश्चित!

तुम्ही कार चालवताना जर कोणी बाजूनं कट मारून गेला तर याआधी त्या व्यक्तीला शिव्या द्यायचो. पण आता अशी घटना घडली तर लगेच This is that what I need आठवेल.

अशा प्रकारे समज प्रगल्भ झाल्यानंतर अशा घटनेबद्दल तुम्ही म्हणाल, 'मला

धडा शिकवण्यासाठीच ही घटना माझ्याबाबत झाली.'

पण पुन्हा जर कधी कट मारून गेलेला तो ड्रायव्हर भेटला तर आपण त्याला धन्यवादच द्याल. कदाचित हे धन्यवाद कशासाठी दिले हे त्या ड्रायव्हरला कळणारही नाही. कारण त्याला आपली भावना समजेलच असं नाही. पण आपल्याला मात्र आपलं काम करायचं आहे. मनातल्या मनात तर आपण लगेच त्याला धन्यवाद देऊ शकता ना!

अशा प्रकारच्या अनेक घटना आपल्या आयुष्यात घडत असतात. कोणी आपली एखादी वस्तू तोडली तर आपल्याला राग येतो! पण चौथं रहस्य आठवताच ती वस्तू पुन्हा कशी जोडता येईल, त्या दिशेनं आपली बुद्धी कार्यरत होईल.

घटना घडताच आवश्यक जो प्रतिसाद द्यायचा असेल त्याचा आपण जरूर विचार करा. हवंतर यापुढे त्या घटनेबाबत काय करता येईल, त्याबद्दलही विचार करा. परंतु घटना घडल्यावर सर्वप्रथम This is that असंच म्हणा आणि चौथं रहस्य आठवून पुढे वाटचाल करा.

या पृथ्वीवर कितीतरी व्यक्तींनी हजारो दुर्मीळ, पुराणवस्तू जमा करून ठेवल्या आहेत; पण त्यांनी जमा केलेल्या संग्रहाचं, त्या वस्तूंचं त्यांच्या मृत्यूनंतर काय झालं? जसं, एखादी लहान मूर्ती तुटली तरी लोक खूप दु:खी आणि भावनाविवश होतात. माझी ती मूर्ती... माझी ती कलाकृती... माझी ती ग्रिटिंग्स... असं म्हणून एकेका वस्तूसाठी जिवंत व्यक्तीशी त्या व्यक्ती भांडत राहतात. शिवाय जे लोक मरण पावले त्यांच्यासाठी लोक अश्रू ढाळतात; पण आज जे हयात आहेत, त्यांच्याशी मात्र वाद घालत राहतात. वास्तविक, वर्तमानात जे उपलब्ध आहे त्याला आधी प्रतिसाद द्यायला हवा. कारण तोच प्रतिसाद मुख्य आणि महत्त्वपूर्ण आहे.

रस्त्यात जर एखादा परिचित मित्र भेटला आणि त्यानं आपल्याकडे बघून ओळखीचं स्मित हास्य केलं नाही तर स्वत:ला सांगा, 'हा तोच मित्र आहे, ज्याची मला गरज आहे.' त्या मित्राची गरज काय आहे हे त्यालाच ठाऊक असणार; पण मित्राने हॅलो म्हटलं नाही, कसा आहेस हेदेखील विचारलं नाही, ही आपली त्यावेळी गरज होती.

समजा, आपण पार्टीला गेलो आणि तेथे आपल्याला कोणी विचारलंच नाही, शिवाय खाण्याचाही आग्रह केला नाही, तर अशा वेळी आपण म्हणाल, 'हेच ते आहे ज्याची मला गरज आहे.' कदाचित आपल्याला उपवास घडेल, पण आपल्याला उपवासाची गरज असेल म्हणून उपवास घडला, असं निश्चितपणे समजा.

लोकांसोबत अशा नाना प्रकारच्या घटना घडतच असतात. समजा, तुमच्या घरातील सर्वजण हॉटेलमध्ये खाऊन येतात, मात्र तुम्ही घरीच असता. तुम्हाला खाण्यासाठी कोणी काही आणलेलं नसतं. तुम्ही रात्रभर भुकेनं व्याकूळ होऊन कूस बदलत राहता आणि घरातील लोकांना दोष देता, 'माझ्यासाठी खायला काही ठेवलंच नाही. स्वत: मात्र पोटभर खाऊन आले.' तेव्हा घरातील लोक म्हणतात, 'तू तर मित्रांबरोबर गेला होतास... आम्हाला वाटलं आता खाऊनच येणार. म्हणून तुझ्यासाठी काही आणलं नाही.'

अशा घटनांमुळे लोक फार त्रस्त होतात. आपल्याकडे कोणीच लक्ष देत नाही, कोणी माझ्यावर प्रेम करत नाही अशी तक्रार मनोमन करत राहतात. परंतु चौथं रहस्य ज्ञात झालं तर तेच म्हणतील, 'हेच ते आहे ज्याची मला गरज आहे.' आज उपवासाची गरज असेल म्हणून कदाचित अशी घटना घडली असावी!

मात्र अशा घटनांच्या वेळी सामान्य ज्ञानाचा वापर अवश्य करा. खाण्यासारखं काही झटपट बनवता येत असेल तर ते खाऊन भूक भागवा. फ्रीजमध्ये दूध शिल्लक असेल तर ते प्या. आज उपवास आहे तर दूधही नको असा विचार त्यावेळी करू नका. जाणूनबुजून शरीराला त्रास देऊ नका. हे रहस्य जाणून या घटनेचा आनंद घ्या. अशा लहानसहान घटनाही आपल्या जीवनात मोठा चमत्कार करू शकतात.

समजा, तुम्ही घरात टीव्ही बघत आहात आणि कोणीतरी तुमच्या हातून रिमोट कंट्रोल घेतो, सारखा चॅनल्स बदलत राहतो. त्याला कोणता चॅनल लावायचा आहे हे आपल्याला समजत नाही. अशा वेळी लगेच म्हणा, 'हेच ते आहे ज्याची मला गरज आहे.' प्रत्येक घटनेबाबत हे रहस्य तुम्ही उपयोगात आणू शकाल. मग क्रिकेटच्या सामन्यात एखादा देश हरला वा जिंकला तरी! जी कुठली घटना घडत आहे तिच्याविषयी म्हणा, 'हेच ते आहे ज्याची मला गरज आहे.' मग जरी भारत हरला तरी आपण टीव्हीवर राग काढणार नाही, स्क्रीन फोडणार नाही. कारण आपला देश हरला तर लोक फार दु:खी होतात. वृत्तपत्रांतून, टीव्हीवरून, आपल्या आसपास आणि कार्यालयात लोक सतत त्याचीच चर्चा करत राहतात. त्यामुळे खूप वेळ वाया जातो. त्याऐवजी चौकार कसा ठोकता येईल, असा विचार लोक करत नाहीत. कारण तसा विचार केला तर लोक चक्रावून जातील. मग त्यांना वाटेल, 'अरे, मी असा विचार कधी केलाच नाही.' मात्र आता वेळ आली आहे आश्चर्य करण्याची, चौकार झळकवण्याची, पंजा लढवण्याची, साहस दाखवण्याची आणि पाचवं रहस्य जाणून घेण्याची...

अध्याय १८

जीवनाचं पाचवं महान रहस्य

ज्ञान आणि 'मी' यांतील मर्म

जीवनाची चार रहस्यं जाणून घेतल्यानंतर आता जीवनाचं पाचवं महान रहस्य आपण समजून घेणार आहोत. हे रहस्य जाणून त्यावर मनन करताच आपलं अवघं जीवन बदलून जाईल. आपण शरीरासोबत आहोत, शरीर नाही. हे ते पाचवं महान आणि गहन रहस्य आहे. हे वाक्य छोटं असलं तरी जेव्हा त्याच्या तपशिलात जाऊन बघाल तेव्हा त्या रहस्याचा गर्भितार्थ लक्षात येईल.

'शरीर आपल्यासोबत आहे, आपण शरीर नाही.' हे रहस्य आपल्याला समजून घ्यायचं आहे. आपलं खरं अस्तित्व काय आहे आणि आपण कोण आहोत हे या रहस्याद्वारे प्रकट होईल.

पृथ्वीवर असंख्य देह आहेत. मग, ही सर्व शरीरं वेगवेगळी आहेत, की या सर्वांमध्ये कोणती एकमेव शक्ती कार्यरत आहे? यावर पाचवं महान रहस्य प्रकाश टाकतं.

प्रत्येक मनुष्य कोण आहे? हे शब्दात सांगणं खूप कठीण आहे. कारण ही अनुभव करण्याची गोष्ट आहे. पहिल्यांदा जेव्हा भाषेचा जन्म झाला तेव्हा मनुष्यानं स्वत:साठी कोणता शब्द वापरला असेल? विश्वात पहिला शब्द ईश्वराने, स्वत:साठी जो उपयोगात आणला, तो 'मी'च्या रूपात! माणसाने स्वत:कडे निर्देश करण्यासाठी जो शब्द वापरला

तो होता – 'मी'! मी म्हणजे वास्तवात आपण जे आहोत!

अनुभवाचं ज्ञान जेव्हा शब्दांद्वारे प्रकट करण्यात येतं, व्यक्त होतं, तेव्हा 'मी म्हणजे तुम्हीच आहात' यांसारखे शब्द निघतात. ते ऐकायला आणि व्याकरणदृष्ट्या चुकीचे वाटत असले तरीही ज्ञान जेव्हा शब्दांद्वारे व्यक्त, स्पष्ट केलं जातं तेव्हा यासारखे शब्द सत्यसाधकांना आपल्या अनुभवावर नेण्यासाठी उपयुक्त ठरतात.

एक शिष्य गुरूजवळ जाऊन विचारतो, ''मी कोण आहे?''

गुरू उत्तर देतात, ''मी तू आहे.''

हे उत्तर त्याच्या नीट लक्षात येत नाही. तेव्हा, 'हे कशा प्रकारचं उत्तर आहे?' असा विचार तो करतो. ईश्वराने सर्वप्रथम कोणता शब्द वापरला असेल यावर विचार केला तरच हे उत्तर योग्य प्रकारे समजेल. वेगवेगळ्या भाषांत 'मी' या अर्थी जे-जे शब्द (मैं, मी, ख) आहेत ते सगळे वास्तवात ईश्वरालाच संबोधणारे आहेत.

मानवी शरीराद्वारे अभिव्यक्ती

मनुष्यानं जेव्हा स्वत:कडे बोट दाखवून विचारलं, ''हा कोण आहे?''

तेव्हा उत्तर आलं,''हा मी आहे.'' (यह मैं हूँ) आणि हेच शब्दात व्यक्त झालेलं ज्ञान आहे.

शब्दाद्वारे आलेलं पहिलं ज्ञान म्हणजे 'मी' हा शब्द होता. मात्र आज 'मी' या शब्दाचा वापर कसा केला जातो? त्यामुळेच आज हा शब्द आपला खरा अर्थ गमावून बसला आहे. त्याच्याशी अनेक चुकीचे संदर्भ जोडले गेले आहेत. पण या शब्दाचा वापर कसा होतो यावर सर्व अवलंबून आहे. जर कचऱ्यासाठी 'मी' हा शब्द वापरला तर तो तुच्छ ठरेल; परंतु तोच शब्द एखाद्या श्रेष्ठ वस्तूसाठी वापरला तर तो उच्च, आदरणीय ठरतो.

ईश्वराने जेव्हा प्रथम 'मी' या शब्दाचा उपयोग स्वत:साठी केला तेव्हा ते खरंतर आनंदाचं-अभिमानाचं कारण होतं. विचार करा, तो क्षण कसा असेल? ईश्वराने या विश्वाची निर्मिती केली, कारण त्याला स्वत:चा आविष्कार करायचा होता, स्वत:ला प्रकट करायचं होतं. केवळ माणसाचं शरीरच एक असं यंत्र आहे, ज्याद्वारे ईश्वर स्वत:बाबत विचार करू शकतो. मानवी शरीराच्या माध्यमाशिवाय ईश्वराला विचार करताच येत नाही. केवळ मानवी शरीरात विचार करण्याची शक्ती आहे. अन्य कोणाही

प्राण्याकडे हा गुण नाही. कोणत्याही प्राण्याच्या शरीराशी स्वत:ला जोडून आपल्या गुणांची अभिव्यक्ती कशी होतेय, याचा विचार ईश्वर करू शकत नाही. केवळ मानवी शरीराशी एकरूप होऊनच ईश्वर असा विचार करू शकतो.

सर्वप्रथम ईश्वराने जेव्हा स्वत:च्या अभिव्यक्तीचा विचार मनात आणला तेव्हा त्याला किती आनंद झाला असणार! ज्या उद्देशासाठी ईश्वराने मानवी शरीराची निर्मिती केली, ते उद्दिष्ट पूर्ण झाल्याने ईश्वराला अमाप आनंद झाला होता. जसं, हजारो प्रयोग अयशस्वी झाल्यावर निर्धोकपणे प्रकाश देणारा विजेचा बल्ब तयार करण्यात एडिसनला यश लाभलं, तेव्हा त्याला किती धन्यता वाटली असेल! याची कल्पनाही करणं कठीण आहे. त्याचप्रमाणे ईश्वराला झालेला आनंदही अपरिमितच असणार! मानवी शरीराचं उद्दिष्ट, लक्ष्य ईश्वराची अभिव्यक्ती हेच आहे. या रहस्यासह हीच गोष्ट आपण लक्षात ठेवायची आहे.

अध्याय
१९

शरीर तुमचा मित्र तर आहे

जीवन पुस्तक आहे

समजा, तुम्ही एखाद्या खोलीमध्ये उभे आहात आणि अचानक एखाद्या अनोळखी मनुष्यानं तुम्हाला एक पुस्तक आणून दिलं. त्या पुस्तकाचं नाव आहे, 'विश्वातील सर्वोत्तम पुस्तक'.

हे पुस्तक वाचण्याची तुम्हाला बऱ्याच दिवसांपासून इच्छा होती. या पुस्तकात विश्वातील, सर्व रहस्यं असून, त्याचा पूर्ण नकाशाही छापलाय, हे तुम्हाला ठाऊक आहे. त्यामुळेच ते पुस्तक हातात आल्यावर तुम्हाला अतिशय आनंद होतो.

आता, तुम्ही ते पुस्तक वाचायला सुरुवात करणार इतक्यात लाइट जाते आणि खोलीत सर्वत्र अंधार पसरतो.

मग, त्या वेळी तुमची परिस्थिती कशी होईल ? याचा जरा विचार करा बरं!

ईश्वरानं जेव्हा हे जग, हा संसार बनवला नव्हता, त्या वेळी त्याची जी परिस्थिती होती... नेमकी तीच परिस्थिती तुमची त्या वेळी असेल.

प्रस्तुत कहाणीमध्ये असं एक रहस्य दडलंय, ज्याचा शोध जगातला प्रत्येक सत्यशोधक घेतोय.

जीवन म्हणजे जणू पुस्तक असून, तुम्ही या पुस्तकाचे वाचक आहात. शिवाय या जीवनरूपी पुस्तकाचा लेखक प्रत्यक्ष ईश्वरच आहे. जीवनात घडणाऱ्या सर्व घटना म्हणजे त्या पुस्तकातील कहाण्याच आहेत. या कहाण्या वाचण्यासाठी तुमच्या शरीरातून एक प्रकाश प्रगट होतो आणि या प्रकाशातच तुम्ही ते पुस्तक वाचू शकता.

आता आपल्या मूळ कहाणीत पुढं काय होतं, हे जाणूया. लाइट गेल्यावर, तुमच्या मागून एक प्रकाशित असलेला टेबललॅम्प आला आणि तुम्ही ते जीवनरूपी पुस्तक वाचू लागला, तर त्यावेळी तुम्हाला किती आनंद झाला असेल बरं! आता तुमच्याकडे विश्वातील सर्वोत्तम पुस्तक आणि टेबललॅम्प आहे. जेणेकरून त्या टेबललॅम्पमुळेच तुम्ही पुस्तकात लिहिलेली प्रत्येक ओळ वाचू शकता, त्या आनंदाची कल्पना करू शकता.

तुम्ही जेव्हा हे पुस्तक वाचण्यासाठी पानं उलटायला सुरुवात करता, तेव्हा काय आश्चर्य होतं...? तर सर्व पानं कोरीच! मग, हे संपूर्ण कोरं पुस्तक विश्वातील सर्वोत्तम पुस्तक कसं असू शकेल? याविषयी तुम्हाला अप्रूप वाटतं. तितक्यात टेबललॅम्पच्या

प्रकाशात त्या पानांवर हळूहळू काही अक्षरं उमटू लागलीयेत असं तुम्हाला दिसतं... आणि पाहता-पाहता त्यातला एक पूर्ण अध्यायच तुमच्यासमोर प्रकट होतो.

थोड्या वेळानं, तुम्ही जिथं-जिथं जाता, तिथं-तिथं तो टेबललॅम्पही तुमच्यासोबत येतो. त्यामुळे चालता-चालताही तुम्ही ते पुस्तक वाचू शकता. आता त्या टेबललॅम्पचा प्रकाश त्या पुस्तकावर पडतोय आणि परावर्तित होऊन पुन्हा तो प्रकाश टेबललॅम्पपर्यंत पोहोचतोय. याचाच अर्थ, तो टेबललॅम्पही स्वतःच्या प्रकाशानंच पुन्हा प्रकाशित होतोय! कारण तो बरोबर, तुमच्या डोळ्यांमागेच आहे.

लक्षात घ्या, तुमच्याकडे विश्वातील सर्वोत्तम पुस्तक असून, त्याच्या एकेका पानावर तुमच्याच जीवनातील एकेक भाग (जणू जीवनरूपी सिरियलचा एकेक एपिसोड) प्रकटतोय. तुम्ही जेव्हा त्या पुस्तकातील पहिला अध्याय वाचता, तेव्हा त्यात जे लिहिलेलं असतं, जी दृश्यं असतात, तीच काही वेळानं तुमच्या जीवनातही दिसू लागतात. ही खरोखरच आश्चर्याची बाब नव्हे का?

परंतु, तुमच्या जीवनातील प्रत्येक अध्याय त्या पुस्तकावर उमटताना दिसतो. कारण तो तुमच्या कर्मांनुसार आणि प्रार्थनेनुसारच आकार घेत असतो. तुमची कर्मं आणि प्रार्थना ज्या दिशेनं होतील, त्याच दिशेनं तुमचं जीवनही वळण घेतं. त्यामुळेच प्रत्येक दिवसाचा अध्याय एकेक करून तुमच्यासमोर प्रकट होतो.

त्या पुस्तकात आजच्या अध्यायात तुम्ही जे काही वाचलं, त्यानुसारच, तुमच्यासमोर प्रत्यक्षात प्रकट होऊ लागतं. म्हणजे, त्या अध्यायात जर चार पात्रं असतील, तर सकाळी उठल्यावर ती पात्रंच तुमच्या समोर येतात. जसं, तुम्ही एखाद्या टीव्ही सिरीयलमध्ये जी पात्रं पाहता, त्याप्रमाणेच ती तुम्हाला समोर वावरताना दिसतात. मग, तुम्ही ज्या घटना पुस्तकामध्ये वाचल्या होत्या, त्या सर्व तशाच घडू लागतात. शिवाय ती पात्रंही तेच संवाद (डायलॉग) बोलतात, जे तुम्ही त्या सर्वोत्तम पुस्तकात वाचले होते.

प्रस्तुत कहाणी काल्पनिक असली, तरी त्यातूनच तुमच्या समोर जीवनाचे अदृश्य नियम प्रकट होतात. या कहाणीमध्ये ईश्वरीय लीलेचं रहस्य दडलंय! कहाणीचा अर्थ होतो, जे तुमच्या जीवनकहाणीत लिहिलेलं असतं, तेच तुमच्या जीवनात घडताना तुम्ही पाहता...! पण तुम्ही रात्री गाढ झोपेत ते पुस्तक वाचलेलं असल्याने जे पुस्तकात वाचता, तसाच दिनक्रम सकाळी उठल्यावर सुरू होतो.

प्रस्तुत कहाणी रूपकात्मक असली तरी तिचा तुमच्या जीवनाशी खूप जवळचा आणि सखोल संबंध आहे. या कहाणीतल्या उपमा तुम्ही स्वतःच्या जीवनाशी पडताळून पाहिल्यात, तर आश्चर्यचकित व्हाल, 'जे मी वाचलं होतं, त्याप्रमाणेच घडताना मला दिसतंय.'

मग, तुम्ही जीवनातील प्रत्येक घटनेकडे अनासक्त होऊन पाहू शकाल. समजा, घरातली मंडळी जेव्हा तुमच्या समोर येतील तेव्हा तुम्ही म्हणाल, 'आता तो त्याचे डायलॉग म्हणणार आहे, मला केवळ ऐकून घ्यायचेय.' त्यानंतर तुम्ही जे प्रत्युत्तर कराल, तेदेखील तुम्हाला ऐकायचं आहे. असं जेव्हा तुम्ही करता, तेव्हाच स्वतःपासून वेगळं होऊन स्वतःचा आवाज ऐकू शकाल... कारण आता तुम्हाला सत्य ठाऊक आहे! मग दिवसभर घडणाऱ्या घटनांमध्ये सजग राहून, प्रत्येकजण आपापल्या भूमिकेचा अभिनय कशा प्रकारे करतोय, हेही तुम्ही पाहू शकाल. आता त्यांच्या वागण्यानं तुम्हाला दुःख होणार नाही, उलट तुम्ही त्यांच्या अभिनयाचं कौतुकच कराल. अशा प्रकारे तुम्ही प्रत्येक घटनेचा आनंद घेऊ शकाल.

प्रस्तुत उदाहरणातील सर्वांत मुख्य घटक म्हणजे टेबललॅम्प! हा टेबललॅम्प जणू मनुष्याच्या शरीराचं प्रतीक आहे. हे शरीरच नसेल, तर आपण जीवनरूपी पुस्तक कसं बरं वाचणार? म्हणजेच 'मनुष्याचं शरीर मिळणं' ही मोठी कृपाच म्हणायला हवी. पण निव्वळ अज्ञानामुळे आपल्याला ती कृपा असल्याचं जाणवत नाही; किंबहुना अनेकदा ती अभिशापही वाटू लागते. परंतु अशा वेळी मनुष्यजन्म मिळणं ही किती मोठी कृपा आहे, हे समजून घ्यायला हवं.

तुमच्याजवळचं पुस्तक तुम्ही वाचता आणि रात्रीच्या आठ तासांमध्ये जे काही वाचलेलं असतं, तेच सकाळी उठल्यानंतर पुढच्या सोळा तासांमध्ये घडताना पाहता. याचाच अर्थ, तुम्हाला वाचण्यासाठी जितका वेळ लागला, ते सर्व घडण्यासाठी त्याच्या दुप्पट वेळ लागला. म्हणजे, तुम्ही आठ तासांची एखादी मालिका वाचली असेल तर प्रत्यक्षात तशी कृती दिसण्यासाठी सोळा तास लागतात. याविषयी तुम्हाला पूर्वी ज्ञान नव्हतं! तसंही, तुम्हाला जर ठाऊक असतं, 'मी पुस्तकात जे वाचतोय, त्याप्रमाणेच घडतंय,' तर काय झालं असतं? अशा वेळी तुम्हाला एखाद्यानं शिवी दिली तरी तुमच्या मनात आलं असतं, 'अगदी बरोबर, परफेक्ट! पुस्तकात हेच तर लिहिलंय. त्यात अजिबात बदल नाही. आता पुढे काय संवाद होतोय किंवा माझ्याकडून काय प्रतिक्रिया उमटतेय ते पाहूया.'

आता, तुमच्यासमोर एखाद्यानं कुणाच्यातरी कानामध्ये काही कुजबूज केली, तरी तुम्ही त्या सर्वोत्तम पुस्तकातील सीन आठवाल. मात्र पूर्वी जर असं काही झालं असतं, तर तुमच्या रागाचा पारा वर गेला असता. पण आता अशा अवस्थेतही तुम्ही शांत राहू शकत असल्याचं लक्षात येईल. कदाचित तेव्हा तुम्ही काही प्रतिक्रियाही देणार नाही. तुम्ही म्हणाल, 'पुस्तकानुसार जी माझी गरज आहे, 'हे तेच आहे'.'

याचप्रमाणे एखाद्यानं तुमच्या अतिशय मौल्यवान वस्तूची तोडफोड केली, तर ते पाहिल्यावरही तुम्ही पुस्तकातलं आजचं पान आठवून 'हे तेच आहे' हा मंत्र पुनःपुन्हा म्हणाल. त्यानंतर जे काही घडेल, त्याकडे केवळ साक्षीभावनेनं पाहत राहाल.

अशाच प्रकारे, तुम्ही टीव्ही बघत असताना, कोणीतरी येऊन तुमच्या परवानगीशिवाय चॅनल बदलला, तर पूर्वी तुम्हाला खूप राग येत असे. पण आता तुमची प्रतिक्रिया असेल, 'पुस्तकात अगदी असंच लिहिलंय! मला याचीच गरज होती.'

यापुढे तुम्ही तुमच्या अंतर्यामीचं पुस्तक आणि 'हे तेच आहे' या मंत्राचं स्मरण करून, साक्षी बनून, स्वतःच्या आणि इतरांच्या जीवनाकडे अनासक्त भावनेनं पाहू शकाल. तुम्हाला जेव्हा या गोष्टींचं ज्ञान नव्हतं, तेव्हा अशा प्रकारच्या दृश्यांविषयी आसक्ती वाटायची आणि दुःख व्हायचं. जसं, एखाद्याला सिनेमातला दुःखी सीन पाहून रडायला येतं, तसं अज्ञानापोटी होतं. परंतु जे लोक स्वतःच्या जीवनरूपी सिनेमाकडे नव्या दृष्टिकोनातून आणि अनासक्त भावनेनं पाहतात, तेच महानच्या घरामध्ये महाजीवनाचा आनंद घेऊ शकतात.

तुम्हाला टेबललॅम्पविषयी (शरीराविषयी) जी आसक्ती वाटत होती ती, हे सूत्र जाणल्यानंतर आता निश्चितपणे दूर होईल. टेबललॅम्प म्हणजे जणू या विश्वातील सर्वोत्तम पुस्तक वाचण्यासाठी केवळ एक निमित्त आहे. त्याचं रंग-रूप, चेहरा- मोहरा, लांबी-रुंदी या गोष्टी सोयीसाठी आहेत. पण या सोयी म्हणजे पुस्तक वाचनातील बाधा किंवा पुस्तकाविषयीचं अज्ञान ठरू नयेत, हे सदैव लक्षात असू द्या. स्वतःच्या शरीरालाच 'मी' समजू नका!

यापुढे, तुम्हाला कोणी शिवी देवो किंवा कौतुकाची थाप, दोन्ही परिस्थितीत तुम्ही तटस्थपणे या नाटकाचा आनंद घ्यायचाय. याआधी स्वतःचं कौतुक ऐकायला मिळालं तर तुम्हाला खूप आनंद व्हायचा आणि जर एखाद्यानं तुमच्यावर टीका केली, तर दुःखही व्हायचं. पण आता तसं होणार नाही! रात्री गाढ झोपेत असताना वाचलेल्या पुस्तकाची आठवण होताच तुमचं दुःख आनंदात परिवर्तित होईल.

लोक रात्री झोपताना दिवसभरातल्या समस्यांविषयी विचार करतच झोपतात. पण आता तुम्ही तसं करायचं नाहीये. कारण रात्री झोपताना तुम्ही पुस्तकाचा नवीन अध्याय वाचणार आहात. म्हणजेच यापुढे तुम्ही झोपताना नवा दृष्टिकोन अंगीकारायला हवा.

कालांतरानं, तुमच्या जीवनात एक अध्याय असा येईल, की त्यामध्ये तुमच्या आजूबाजूचे सर्वजण तेच पुस्तक (समज) घेऊन फिरताना दिसतील. अशा वेळी तुमच्या आनंदाला पारावार राहणार नाही. मग तुम्ही सर्वांसोबत आनंदाची अभिव्यक्ती कराल. कारण त्यावेळी तुम्हा सर्वांची समज उच्चस्तरीय आणि एकसमान असेल. प्रत्येक मनुष्याच्या मनातील द्वेष आणि हिंसा नष्ट झाली असेल. प्रत्येकजण स्वतःच्या मूळ स्वभावात स्थापित झालेला असेल. प्रत्येकाच्या चेहऱ्यावर विलसेल मधुर हास्य आणि निर्मळ प्रेम!

तुमच्या आजूबाजूला जेव्हा सर्व लोक चेतनेच्या उच्च स्तरावर असतील, ते सर्वजण पाचवं रहस्य जाणत असतील, तेव्हा तुम्ही आपापसांत चर्चा कराल, 'तुमचा आजचा एपिसोड (दिवस) कसा होता? तुम्ही त्याचा भरपूर आनंद घेतलात का? तुम्हाला आज आश्चर्याची भावना जाणवली का? जे पुस्तक तुम्ही रात्री वाचलंत त्याप्रमाणेच सर्व घडतंय, हे तुम्ही केव्हा-केव्हा विसरलात बरं?'

मग तुम्हाला कोणी असंही सांगेल, 'आज मी केळाच्या सालीवरून पाय घसरून पडलो. आश्चर्य म्हणजे मला त्याचं दुःख झालं नाही तर त्याचा आनंदच झाला.' अशा प्रकारच्या चर्चेचा आनंद तुम्ही सर्वजण घेऊ शकाल. तुम्ही सर्वजण एकत्र येऊन महानच्या घरात (पृथ्वीवर) प्रत्येक दिवस एखाद्या सणाप्रमाणे साजरा कराल.

प्रस्तुत उदाहरणातला टेबललॅम्प म्हणजे आपलं शरीर, हे एव्हाना तुमच्या लक्षात आलंच असेल. एखाद्याचं शरीर काळ्या रंगाचं किंवा उंच असतं. कुणाचं शरीर थोडंसं झुकलेलं, कुणाच्या शरीराला बाक असतो. एखाद्याचा रंग थोडासा सावळा असतो. त्यामुळे ते दुःखी होतात, 'माझा टेबललॅम्प (शरीर) असा का आहे?' म्हणजेच तुम्हाला जेव्हा स्वतःच्या शरीरामध्ये कुठेतरी वेदना होते, काहीतरी त्रास होतो, कंबर दुखते, मान दुखते, तेव्हा तुम्ही त्या टेबललॅम्पविषयी आसक्त झालेले असता. अशा वेळी अज्ञानामुळे तुमचं लक्ष शरीरावरून पटकन दूर होत नाही. त्यासाठी तुम्हाला वारंवार प्रयत्न करावे लागतात.

मात्र तुमचं लक्ष जेव्हा पुनःपुन्हा टेबललॅम्पकडे (शरीराकडे) जाऊ लागतं, तेव्हाच खरी गडबड सुरू होते. त्या वेळी तुम्ही, 'हा टेबललॅम्प केवळ पुस्तक

वाचण्यासाठी आहे, इतर टेबललॅम्पसशी (लोकांशी) तुलना करण्यासाठी नाही,' ही समज बाळगायला हवी. ही समज विसरल्यामुळेच तुम्ही इतरांशी तुलना करत राहता! परिणामी स्वतःमध्ये काहीतरी कमतरता असल्याचं तुम्हाला जाणवतं. मग या सर्व गोष्टींविषयी अज्ञान असल्यानं तुम्हाला दुःख होणं साहजिक आहे. हे जीवनाचे नियम विसरल्यानेच मनुष्य दुःखी होतो. जीवनातला आनंद घेणं, प्रेमानं जगणंच तो विसरून जातो.

वास्तविक टेबललॅम्प कसाही असो, तिरका, काळा, ठेंगणा, रंग उडालेला किंवा त्याचा एखादा भाग नाहीसा झालेला, तरीदेखील सर्वांत महत्त्वपूर्ण गोष्ट म्हणजे तो चालू असून प्रकाशही देतोय! याचाच अर्थ, 'तुम्ही जिवंत आहात', हीच ती सर्वाधिक महत्त्वपूर्ण गोष्ट होय. खरंतर हीच सर्वांत जास्त आनंददायी गोष्ट आहे. जोपर्यंत तुम्हाला सत्य समजत नाही तोपर्यंत 'तुम्ही जिवंत आहात' ही गोष्ट तुम्हाला आनंददायी वाटत नाही. परंतु सत्य जाणून घेतल्यानंतर हळूहळू तुमच्यासमोर ही बाब स्पष्ट होऊ लागेल, 'टेबललॅम्प (शरीर) चालू राहणं (जिवंत असणं) हीच आनंद साजरा करण्यासारखी गोष्ट' आहे. लोक आनंदाचं, खुशीचं कारण बाह्य जगात शोधत राहतात, परंतु ते तुम्हाला आधीच गवसलेलं आहे, हे नीट लक्षात ठेवा.

तुम्ही जर एखादं सर्वेक्षण केलंत, तर तुम्हाला 'मी जिवंत असल्यानेच खुश आहे, माझं अस्तित्वच माझ्या आनंदाचं कारण आहे,' असं सांगणारे बरेच कमी लोक आढळतील. शिवाय मनुष्याला जीवनामध्ये ज्या काही गोष्टी मिळतात, त्या त्याच्यासाठी जणू बोनसप्रमाणे असतात. जसं, प्रमोशन मिळणं, उत्तम खायला मिळणं, चांगल्या लोकांसोबत फिरायला जाणं, काही अर्धवट कार्यं पूर्ण होणं, एखाद्याचं लग्न होणं, कुणाचा वाढदिवस साजरा होणं वगैरे-वगैरे. खरंतर 'जिवंत राहणं' हीच सर्वांत मोठी कृपा आहे. अन्यथा लोक अस्वस्थ करणाऱ्या मनोरंजनामध्येच गुंतून पडतात. परिणामी, विश्वातील सर्वोत्तम पुस्तकही त्यांना कोणत्याही प्रकारचा आनंद देऊ शकत नाही.

आता तुम्हाला हा टेबललॅम्प मिळालाय, विश्वातील सर्वोत्तम पुस्तक वाचण्यासाठी! हे लक्ष्य सदैव स्मरणात ठेवलं, तर तुम्ही अनावश्यक गोष्टींमध्ये अडकणार नाही. हे लक्ष्य समोर ठेवून, पाचव्या रहस्याची समज सोबत बाळगून सत्याच्या यात्रेत अग्रेसर व्हा, स्वानुभव प्राप्त करा!

आता, विश्वातील सर्वोत्तम पुस्तक तुमच्या हातात असून, ते वाचायला तुम्ही कधी सुरुवात करता?

अध्याय
२०

'मी' म्हणजे काय

शरीरासोबत कोण

ईश्वरानं स्वतःच निर्माण केलेल्या मायेत हरवून जाण्यासाठी 'मी'चा उपयोग केला. पण त्याचवेळी त्यानं त्यातून बाहेर येण्याचीही व्यवस्था केली. मनुष्याचं शरीर म्हणजे ईश्वराद्वारे निर्माण केलेली व्यवस्था. ज्यात मोहमायेच्या जाळ्यामध्ये गुंतून पडण्यासह, त्यातून बाहेर येण्याचीही पूर्ण शक्यता उपलब्ध असते. मात्र, मनुष्याचे विचार कधी त्याला प्रश्नांच्या खोल गर्तेत भरकटून टाकतात तर कधी ते विचारच त्याला अंधारातून बाहेर येण्यासाठी प्रकाशाचा मार्ग दाखवतात. या गोष्टी केवळ मनुष्याच्या बाबतीतच शक्य होतात.

मनुष्याकडेच सकारात्मक आणि नकारात्मक दोन्ही प्रकारच्या गोष्टी असू शकतात. त्यामुळेच ईश्वरानं 'मी' या शब्दाचा वापर केला. ज्या शरीरांमध्ये आत्मसाक्षात्कार झाला, त्यांनी 'मी' शब्द म्हणजे उच्च स्तरीय ज्ञान असल्याचं जाणलं. परंतु एखाद्या सर्वसामान्य मनुष्याला ही बाब सांगितली तर त्याला विशेष असं काही वाटणार नाही. **'मी म्हणजेच तुम्ही'** इतकं सांगून सत्संग संपवला असंच त्याला वाटेल. मग त्याला ज्ञानच मिळालं नसल्याचंही तो सांगू शकेल.

'मी' (म + अ) शब्द उलटा केलात तर तो 'ओम' असा बनतो. हा 'ओम' शब्द

जरा दमदार आणि प्रभावी वाटतो. खरंतर मनुष्याला असेच शब्द हवे असतात. ज्या आत्मसाक्षात्कारी संतांनी शब्दांमध्ये ज्ञान प्रदान केलं, त्यांची समस्या लोक समजूच शकत नाहीत. लोकांना जर साध्या, सहज आणि सरळ शब्दांमध्ये ज्ञान दिलं, तर त्यांच्यामध्ये कोणताही बदल घडत नाही. ते पूर्वी जसे होते, तसेच राहतात. मात्र त्यांना जोपर्यंत काही विशेष शब्द दिले जात नाहीत, विशेष कहाण्या जुळवून सांगितल्या जात नाहीत, तोपर्यंत ते 'स्व (खरा मी, तेजम्)चा जप' करत नाहीत.

'स्व'चा जप

'स्व चा जप' करणं म्हणजे शरीराच्या पलीकडील जी आपली वास्तव उपस्थिती आहे, तिचं स्मरण करणं! हा जप शब्दांमध्ये सांगता येणं कठीण आहे. जेव्हा शब्दांचा शोध लागला, त्या काळात एखादा मनुष्य केवळ 'मी, मी' हे शब्दच उच्चारत राहिला असता, तर तो स्वतःच्या खऱ्या स्वरूपापर्यंत पोहोचू शकला असता. पण आज जर कोणी तसं करून पाहिलं, तर त्याला स्वतःच्या खऱ्या अस्तित्वापर्यंत, स्वानुभवावर पोहोचता येणार नाही. कारण 'मी' या शब्दासोबत तो फक्त शरीराविषयी कल्पना करेल. 'मी' म्हणजे त्याला स्वतःचाच चेहरा दिसू लागेल. 'मी, मी' म्हटल्यानं त्याचा अहंकारच वृद्धिंगत होत राहील. अशा प्रकारे जो 'मी' शब्द त्याला अंधारातून प्रकाशाचा मार्ग दाखवू शकला असता, तोच त्याला आणखी घनघोर काळोखात नेतो. त्यामुळेच आज 'मी' या शब्दाचा वापर केला जात नाही. हल्लीच्या काळात 'मी' किंवा 'ओम' अशा शब्दांचा वापर दैनंदिन बोलीभाषेत केला जात असल्यानं त्यांचं महत्त्व कमी झालंय. परिणामी अध्यात्मामध्ये एका अशा शब्दाची गरज जाणवू लागली, जो वारंवार उच्चारल्यानं मनुष्य थेट आपल्या खऱ्या अस्तित्वाच्या अनुभवापर्यंत पोहोचू शकेल.

'तेज' या शब्दाचं महत्त्व

अध्यात्मातील ही समस्या सोडवण्यासाठी आणि स्वानुभवापर्यंत पोहोचण्यासाठी तेजज्ञान फाउंडेशनमध्ये 'तेज मी' म्हणजेच 'तेजम्' असा शब्द सांगण्यात येतो. 'तेज' या शब्दामुळे शरीर, मन आणि बुद्धीची कल्पना करता येत नाही. 'तेज' शब्दाच्या जपामुळे एका नवीन गोष्टीची निर्मिती होते, जी सदैव नवीनच असते, नित्य-नूतन-निर्वाण अवस्था असते.

तेजआस्तिक बना

तेजज्ञान फाउंडेशनमध्ये आल्यावर तुम्ही 'तेजआस्तिक' बनता. यापूर्वी तुम्ही

नास्तिक आणि आस्तिक हे दोन्ही शब्द ऐकले असतील. नास्तिक म्हणतो, 'ईश्वर नाही' आणि आस्तिक म्हणतो 'ईश्वर आहे'. परंतु या दोघांचंही ज्ञान अधुरंच म्हणता येईल. कारण बऱ्याचदा आपण नास्तिक लोकांना आस्तिक बनताना पाहतो. एखाद्या नास्तिक मनुष्याला बऱ्याच वर्षांनी एखादी समस्या उद्‌भवल्यास तो ईश्वराला म्हणतो,'माझं अमुक-अमुक काम झालं तरच मी तुझं अस्तित्व मान्य करेन.' समजा, त्याचं ते काम खरोखरच झालं तरच तो ईश्वराची पूजा करू लागतो. त्याचप्रमाणे आस्तिक लोकही नास्तिक बनताना आपल्याला दिसतात. त्यांना जर कोणी त्याविषयी विचारलं तर ते सांगतात,'मी ईश्वराकडे अशी-अशी प्रार्थना केली होती, पण ती पूर्ण झाली नाही. बस्स! त्या घटनेनंतर माझा ईश्वरावरील विश्वास पूर्णपणे उडाला.' पण अशा पटकन उडणाऱ्या विश्वासाला म्हणावं तरी काय? तुम्ही लाकडी घोडा बघितलाच असेल. तो कुठेही जात नाही, फक्त आहे त्याच जागी मागे-पुढे डुलत राहतो. आस्तिक आणि नास्तिक लोकांचंही तसंच आहे.

तुम्ही शरीरासोबत आहात

आपण जो 'मी' शब्द वापरतो, तो शरीर, बुद्धी किंवा मन या तीन गोष्टी दर्शवत नसून, तो स्वतःच परमशुद्ध चैतन्य आहे. या चैतन्याच्या अवस्थेला एखादं नाव देणं आवश्यक असल्यानं 'मी' असं नाव देण्यात आलं. परंतु 'मी' हा शब्द इतका शुद्ध आणि शक्तिशाली असूनही तो हानिकारक ठरला. कारण आज मनुष्य जीवनाचं पाचवं रहस्य पूर्णपणे विसरला आहे.

जीवनाचं हे पाचवं महत्त्वपूर्ण रहस्य म्हणजे, 'तुम्ही शरीरासोबत आहात, शरीर नाही.' तुम्ही लहान असताना, 'मी म्हणजे शरीर नाही', ही स्पष्ट समज तुमच्याकडे होती. लहान मुलं जेव्हा कविता म्हणतात, तेव्हा ती नीट ऐका. ती कविता असते, I am a little Tea Pot, Short & Stout. This is my handle (मी म्हणजे एक छोटी आणि मजबूत अशी चहाची किटली आहे. हा माझा छोटासा हात म्हणजे त्या किटलीचं हँडल आहे) असं म्हणताना ते कमरेवर हात ठेवून त्याप्रमाणे अ‍ॅक्शनही करून दाखवतात.

या कवितेतून आपल्या लक्षात येतं, की चहाच्या किटलीला हँडल असतं, पण ते हँडल म्हणजे टी पॉट नसतो. तर ज्या रिकाम्या भांड्यामध्ये चहा असतो, तो टी पॉट असतो. म्हणजेच जेव्हा आपण टी पॉट असं म्हणतो, तेव्हा केवळ हँडलविषयी बोलत नाही. त्याचप्रमाणे कविता म्हणतानाही हात उचलताना जेव्हा म्हणतो, 'हा माझा हात

म्हणजेच माझं हँडल आहे' त्यावेळी आपल्याकडेही स्पष्ट समज असते, 'हा हात म्हणजे मी नसून, ते माझं हँडल आहे.' त्याचप्रमाणे आताही तुमच्याकडे समज असायला हवी, 'हा माझा हात आहे, त्यानं मी शेकहँड करतो. माझा हात म्हणजे हँडल आणि पाय म्हणजे पायडल आहे. पण हे दोन्ही म्हणजे 'मी' नाही.'

एखाद्या मुलाला जशा या गोष्टी स्पष्टपणे दिसू शकतात, तशाच तुम्हालाही दिसू लागल्या तर तुमच्या शरीराचा वापर कशा प्रकारे कराल बरं? याचाच अर्थ, तुम्ही म्हणजे शरीर नसून तुम्ही केवळ या शरीरासोबत आहात! हे समजून देण्यासाठीच किटलीचं उदाहरण दिलंय. आता यापुढे जेव्हा जेव्हा तुम्ही 'मी' शब्द उच्चाराल, तेव्हा नक्कीच सजग व्हाल.

मात्र लोकांसमोर, समाजात वावरताना तुम्हाला 'मी' शब्दाचा वापर नेहमीप्रमाणेच करावा लागेल. कारण आज सर्वांना 'मी' हा शब्द शरीर समजूनच वापरण्याची सवय आहे. लोकांच्या या सवयीनुसारच तुम्हाला त्यांच्याशी बोलावं लागेल; अन्यथा तुम्ही त्यांच्याशी व्यवहारच करू शकणार नाही. इतर लोक जर 'मी' या शब्दाचा उपयोग शरीरासाठी करत असतील, तर तुम्हीदेखील तसाच करणं त्यांना अपेक्षित असेल. ते जसं टेबलला खुर्ची न म्हणता टेबलच म्हणतात, तर तुम्हालाही तसंच म्हणावं लागेल. याउलट तुम्ही जर टेबलाला खुर्ची म्हणून संबोधलं, तर बहुधा तुम्हाला वेड लागलंय, असंच त्यांना वाटेल. शिवाय, टेबल आणि खुर्ची या दोन्ही गोष्टी निदान एकाच प्रकारच्या म्हणजे फर्निचर या प्रकारात मोडणाऱ्या आहेत. पण तुम्ही टेबलाला, ट्यूब लाईट म्हणू लागलात तर ते लोकांना पूर्णपणे विसंगत, अतार्किक वाटेल. त्याचप्रमाणे 'मी' शब्दाचा वापर तुम्ही 'खऱ्या मी' साठी करू लागलात, तर लोकांच्या नजरेसमोर एका वेगळ्याच जगाचं चित्र निर्माण होऊ शकतं. मग कदाचित, तुम्हाला पाहूनच लोक घाबरतील आणि म्हणतील, 'याला झालंय तरी काय? हा असा विसंगत का बोलू लागलाय? आम्हाला त्याचा काहीच अर्थ कळत नाही.' अशा वेळी खरंतर, त्यांना स्वतःलाच ठाऊक नसतं, की ते कोणत्या गोष्टींविषयी बोलत आहेत? वास्तविक ते लोकच विसंगत, अतार्किक बोलत असतात. पण लोक स्वतःच्या खऱ्या स्वरूपाविषयी अज्ञानी असतात. परिणामी शरीरासोबत राहत असताना, ते स्वतःच शरीर बनतात.

अध्याय
२१

‘मी’, ‘मी’ सोबत जोडा

‘मी’चा आकारच परमात्मा

खरंतर भाषा निर्माण करण्यामागे ईश्वराचा एकच उद्देश होता आणि तो म्हणजे विश्व निर्माण करून आपली प्रशंसा, अभिव्यक्ती आणि स्वानुभव करणे. वास्तवात ईश्वराने आपल्या अभिव्यक्तीसाठी भाषेची निर्मिती केली. परंतु मानवी शरीरातून ईश्वराची अभिव्यक्ती होण्याऐवजी अहंकाराचं म्हणजेच नकली ‘मी’चं संगीत वाजू लागलं आणि मग असली सत्य लुप्त झालं, झाकोळलं गेलं.

पाचवं रहस्य लक्षात येतं तेव्हा मी, ‘मी’ कधी म्हणतो हे माणसाच्या लक्षात येतं.

‘मी’ कसा आहे? ‘मी’ तर अगदी पाण्यासारखा आहे. पाणी ग्लासात ओतलं तर त्याचा आकार त्या ग्लासाप्रमाणेच होतो. कारण ‘मी’ ज्याच्याबरोबर जोडला जातो तसा आकार तो धारण करतो. पाणी निराकार आहे. ते ग्लासमध्ये ओतताच ग्लासाच्या आकारात दिसू लागतं. भांड्यात ओतलं तर ते त्याप्रमाणे आकार धारण करतं. तांब्यात ओतलं तर ते त्याप्रमाणे दिसतं. अगदी असंच, जेव्हा ‘मी’ निराकार जगासोबत जोडला जातो तेव्हा तो जग बनतो. ज्या-ज्या गोष्टींसोबत ‘मी’ जोडला जातो, तसा तो बदलत जातो.

‘मी’ शरीरासोबत जोडला जातो तेव्हा शरीर बनतो, बुद्धीसोबत जोडला जाताच

बुद्धी बनतो. मनासोबत जोडला जाताच मन, आत्म्यासोबत जोडला जाताच आत्मा बनतो. परंतु हाच मी जेव्हा खऱ्या, असली 'मी'सोबत जोडला जातो तेव्हा साक्षात परमात्मा बनतो. मग आता आपल्यालाच ठरवायचं आहे, की आपला 'मी' कुणासोबत जोडला जावा? शिवाय जरी तुम्ही त्याला कोणाशी जोडलं नाही तरी तो गप्प बसणार नाही. तो कोणाशी तरी जोडून घेईलच.

एखाद्याचा 'मी' खुर्चीशी हातमिळवणी करतो, तेव्हा त्या खुर्चीला तो पाच वर्षे चिकटून राहतो. मग ती खुर्ची सोडायलाच तो तयार नसतो. पाच वर्षांनंतर त्याची खुर्ची जर कुणी हिसकावून घेतली गेली तर 'आपण संपलो, 'मी' मेलो' असं त्याला वाटतं. एखाद्याचा 'मी' दुसऱ्या देहाशी जोडला गेला आणि ते दुसरं शरीर जर मृत्युमुखी पडलं तर तो माणूस 'आता माझ्या जीवनाचा काय फायदा?' असं म्हणून आत्महत्येला प्रवृत्त होतो. आजवर अज्ञानात अशाच घटना होत आल्या आहेत.

वास्तवात संपूर्ण विश्व म्हणजे या 'मी' शब्दाचाच चमत्कार आहे. प्रत्येकासोबत मी जोडला गेल्याने तो स्वतःला आकार समजू लागलाय. म्हणूनच जगात इतकी विभिन्नता आढळते. वास्तविक विभिन्नता ही अभिव्यक्तीचाच एक भाग असतो पण हा मूळ उद्देशच विस्मरणात गेला. प्रत्येक ठिकाणी मनुष्य एक मूळ उद्देश लक्षात ठेवून कोणतंही कार्य सुरू करतो. परंतु नेमकी हीच गोष्ट तो विसरतो. जेव्हा कोणी याचं स्मरण त्याला करून देतो, तेव्हा तो म्हणतो, 'अरेच्चा, मला तर मूळ उद्देशाचंच विस्मरण घडलं!'

'मी' 'असली मी' सोबत जोडा

'मी'ला जर तुम्ही 'असली मी' सोबत जोडलं नाही तर तो कोणाही बरोबर जोडला जातो. कारण तो कोणाशी जोडला जातोय हेच त्याला ठाऊक नसतं. तो ज्याच्याशी संलग्न होतो त्यालाच मी मानून बसतो. अज्ञानवश आजवर असंच घडत आलंय.

वास्तवात 'असली मी'शीच 'मी' ने एकरूप व्हायला हवं; इतरांशी जोडला गेला तर फक्त अभिनय करावा. शरीराशी मी जोडला गेला तर केवळ अभिनय करा; प्रत्यक्षात जोडून घेऊ नका. किंबहुना शरीर सुदृढ राहावं म्हणून त्याला योग्य तो आहारही दिला पाहिजे; नाहीतर शरीर जगणार कसं? शरीराच्या सुरक्षिततेसाठी जेवढं जोडलं जाणं आवश्यक आहे तेवढंच जोडलं जायला हवं. शरीराशी 'मी' गरजेपेक्षा जास्त जोडला गेला तर ते त्रासदायक ठरतं. शरीराला धक्का लागला तर मलमपट्टी करा, आगीचा

चटका बसत असेल, तर हात लगेच बाजूला घ्या. त्यावेळी, 'हे शरीर म्हणजे मी नाही, हात जळून गेला तरी मला काही फरक पडत नाही' असं म्हणू नका. ज्ञानाच्या जोडीला नेहमी सामान्य बुद्धीचा उपयोग करा.

शरीराशी 'मी'ची सांगड घातली गेल्यानं अज्ञानवश माणूस विचार करतो, 'मला चटका लागला तर दुसऱ्यालाही चटका बसावा. मला दु:ख मिळालं तर इतरांनाही दु:ख मिळावं.' अशा विचारांच्या आहारी जाऊन मनुष्य इतरांना दु:खी करतो. अज्ञान जे करवेल ते कमीच. पण असं घडू नये म्हणून 'मी'ला खऱ्या 'मी'शी जोडण्याबाबत प्रशिक्षण देणं गरजेचं आहे. गुरूंची हीच भूमिका असते. 'अस्सल मी'शी आपण जोडलं जावं यासाठी ते आपल्याला सतत सावध करत असतात.

मी जेव्हा 'मी'बरोबर जोडला जातो तेव्हा आकार बनत नाही

मी जेव्हा 'मी'शी जोडला जातो तेव्हा कुठलाच आकार बनत नाही. पाणी 'मग' किंवा 'जग'मध्ये टाकलं जातं तेव्हाच त्याला आकार प्राप्त होतो; पण पाणी जेव्हा समुद्रात मिसळतं तेव्हा त्याला कोणताही आकार प्राप्त होत नाही. हा पाण्याचा ग्लास आहे, हा पाण्याचा मग आहे, हा पाण्याचा जग आहे असं आपण म्हणतो, परंतु हा पाण्याचा समुद्र आहे असं कधी म्हणतो का? नाही. कारण तेथे पाण्याचा आकार विलीन होतो आणि राहतो केवळ समुद्र! अशा प्रकारे 'मी'ने कुठं जोडलं जायला हवं, हे यावरून आपल्या लक्षात येईल.

खरंतर आपण स्वत:साठी जे शब्द उच्चारतो ते म्हणजे तुम्ही नाहीच. मात्र आपण जेव्हा म्हणतो, 'माझं घर आहे... मला अमूक हवं... माझ्या पक्षाचा झेंडा पिवळा आहे...' तेव्हा प्रत्यक्षात तो पिवळा नसतो, झेंडा नसतो आणि पक्षही नसतो. आपण म्हणतो 'माझी पार्टी...' म्हणजे आपण पार्टी आहात का? झेंड्याचा रंग पिवळा आहे म्हणजे आपण पिवळे आहात का? नाही, हा झेंडा नाही, आपण पक्ष नाही. या सर्व वस्तू बघणारा जो कोणी आहे, तो म्हणजेच 'वास्तवात आपण' आहात.

अशा प्रकारे जसजशी बिरुदं वाढत जातात तसतसं सत्य आपल्यापासून दूर होत जातं. माझा पक्ष, पक्षाचा झेंडा, झेंड्याचा रंग या सर्व गोष्टी आपल्याला स्वत:पासून दूर नेतात. जसजशी बिरुदांची संख्या कमी होत जाईल, तसतसं आपोआप 'मी' मीच्या निकट जाईल. मग मनुष्याचा प्रवास बाह्य जगाकडे न चालता अंतरंगाकडे झेपावू लागेल. बाह्य जगातील एखादी साखळीची शृंखला त्याच्या लक्षात येते पण अंतर्यामीचा दुवा लक्षात येत नाही. खरंतर तो दुवा अंतर्यामी जाण्यासाठीच उपयोगात यावा.

मनुष्य जर प्रामाणिक असेल तर ईश्वराने ज्या गोष्टीसाठी जगाची निर्मिती केलीय, ती अभिव्यक्ती माझ्या शरीराद्वारे व्हावी असाच विचार करेल. मग असं केल्याने जो आनंद मिळेल तो केवळ अनुभूती घेऊनच जाणता येईल. या अनुभवासाठीच वेगवेगळ्या शब्दांचा उपयोग केला आहे. परंतु तरीही ईश्वराची स्तुती, प्रशंसा, त्याचं गुणगान कधीही कमी होणार नाही. कारण तो आहेच इतका अपरंपार!

ज्या लोकांनी ईश्वरीय अनुभव घेतला आहे त्यांच्यासाठी त्याचं वर्णन भिन्न-भिन्न पद्धतीनं करता येणं सहज शक्य आहे. त्यासाठी त्याला वेद-उपनिषद वाचावे लागणार नाहीत, की कोणता विचारही करावा लागणार नाही. त्याला तर केवळ प्रत्येक क्षणी, जे चाललंय त्याचंच वर्णन करायचं आहे. बस्स... दृश्य गोष्टींचं वर्णन तर कोणालाही करता येईल. जसं, तुमच्या घरात किती पंखे आहेत? किती ट्युब लाइटस् आहेत? कुटुंबात किती लोक आहेत? या गोष्टी मोजून तुम्ही सांगू शकता. पण जो अनुभव अदृश्य आहे, तुम्हाला दिसतच नाही त्याविषयी तुम्ही काय सांगणार? मात्र ज्याला स्वानुभव, स्वदर्शन होतं त्याला त्या अनुभवाविषयी शब्दात वर्णन करणं सहज शक्य होतं. कारण अदृश्यातील अनुभवच त्याच्यासाठी दृश्य बनतं.

आजवर असे अनेक संत झाले, ज्यांना लिहिता-वाचता येत नव्हतं. शिवाय ते उच्च खानदानातील नव्हते. काही संत तर शूद्र जातीचे असले तरी त्यांच्या मुखातून ज्ञानाचे असे काही शब्द निघत, जे ऐकून लोक आश्चर्यचकित होत असत. त्यांना वाटायचं, 'या संतांमध्ये अशी कोणती समज आहे, जी तर्क आणि बुद्धीपलीकडची आहे?' हे रहस्यच आता आपल्यासमोर हळूवारपणे उलगडत आहे.

'मी'ला अंतरंगाकडे वळवून आपण ॐ, आमेन यांकडे जाऊ शकता. कारण सत्य प्रकट करण्यासाठी आणि दाखवण्यासाठीच अशा शब्दांची निर्मिती होते. असं झालं नाही तर सर्वोच्च संस्कृत शब्दही आपले अर्थ गमावून बसतात. शिवाय एखादा सामान्य फिल्मी शब्दही आपल्या अस्तित्वावर, स्वानुभवावर घेऊन जात असेल, तर तो शब्दही मंत्रापेक्षा नक्कीच कमी नसतो.

सर्वसमावेशक दृष्टिकोनातून पाहिलं तर सर्वांचं नाव एकच आहे, अनेक नावं नाहीतच. पण सोयीसाठी वेगवेगळी नावं देण्यात आली आहेत. सरकारी कार्यालयात, रेशन कार्डावर, पासपोर्टवर वेगवेगळी नावं नोंदवली जातात. कारण सर्वजण नावाच्या जागी 'मी' असं लिहू लागला तर प्रचंड गोंधळ माजेल. म्हणून नावं ही फक्त सोयीसाठी आहेत. मग जर आपल्याला कुठलंही नाव दिलं तरी त्याने काही फरक पडणार नाही.

समजा तुम्हाला सांगण्यात आलं, 'रंगमंचावर जा आणि अमुक-अमुक भूमिका करा, त्यासाठी तुमचं हे नाव आहे.' तर तुम्ही म्हणाल, 'ठीक आहे. त्यात काही अडचण नाही. मी ही भूमिका योग्य प्रकारे करेन. माझं नाटकात जे काही नाव असेल ते मला चालेल.' नाव कुठलंही असलं तरी त्याने मला काही फरक पडत नाही. कारण नावासाठी आता आपण अडून बसणार नाही. केवळ सोयीसाठी एखादं नाव, एखादं लेबल हवं असतं. नावाचं लेबल लावून जायचं आणि आपली भूमिका पार पाडायची बस्स... मग जर भूमिकाच करायची आहे तर ती जोरदार का करू नये? रडतखडत का करावी? अगदी अशाच प्रकारे आपल्यालाही जी भूमिका पृथ्वीवर करायची आहे, ती स्वतःला जाणून उत्कृष्टपणे पार पाडायची आहे.

हा दृष्टिकोन अंगीकारल्याने आपल्या जीवनात आमूलाग्र परिवर्तन घडेल. समजा, रडण्याचाही अभिनय करायचा असेल तर तोही जोरदार कराल. आपल्या रडण्याने एखाद्याचं भलं होणार असेल, तर आपण स्वत:ला जाणून मगच रडाल. कारण रडणंदेखील आपली अभिव्यक्ती बनेल.

अध्याय २२

शरीर मानवाचा मित्र

पाचवं रहस्य जीवनात कसं उतरवाल

मनुष्य नेमका कुठे चुका करतो, हे पाचव्या रहस्यावरून आपण जाणणार आहोत. काही लोक ज्ञान प्राप्त झाल्यावर 'मी ईश्वर आहे' असं म्हणतात. खरंतर हे विधानच चुकीचं आहे. 'मी ईश्वर नाही तर ईश्वर मी आहे' हे वाक्य योग्य आहे. कारण व्यक्ती ईश्वर नसते. प्रत्येक माणसाच्या अंतर्यामी जो 'मी' आहे, वास्तविक तोच ईश्वर आहे. हे लक्षात आलं तर ज्ञानाचा अहंकार होणार नाही. अन्यथा लोक आपल्या अहंकारातच जगत असतात. म्हणून आपल्याकडून ज्या चुका घडतात त्या आता आपण समजून घ्यायच्या आहेत.

ईश्वर आणि मी हे दोघं भाषेमुळे, स्वानुभव घेण्यासाठी, परस्परांशी जोडले गेलो, हे वास्तव आहे. शिवाय शरीर अभिव्यक्तीसाठी असतं, हेही लक्षात ठेवा. जेव्हा शरीराबाबत काही घडतं, तेव्हा 'हे माझ्याबाबतीत घडलं आहे' असं न समजता, 'माझ्यासोबत जो मित्र आहे त्याच्याबाबतीत हे सर्व घडलं आहे' असं म्हणा.

जसं, दोन व्यक्ती कुठेतरी बाहेर जात आहेत, त्यांच्यापैकी एक आपला मित्र, सोबती, सहप्रवासी आहे... तेव्हा आपण त्याच्याकडे कोणत्या दृष्टीने पाहाल? कारण त्याच्या बाबतीत जर काही झालं तर आपण 'हे सर्व माझ्याबाबतीत घडलं' असं कदापि

म्हणणार नाही. समजा, आपला मित्र म्हणेल, 'मला भूक लागली आहे.' तेव्हा आपण म्हणाल, 'माझ्या मित्राला भूक लागली आहे.' त्यामुळे उपाशीपोटी त्याला जो त्रास होत होता, तो तुम्हाला जाणवणारही नाही.

'हा माझा मित्र आहे' असं आपण मित्राविषयी म्हणतो, त्याचप्रमाणे आपल्या शरीराबद्दलही म्हणा, 'शरीर माझा मित्र आहे.' आपल्या शरीराला आपला मित्रच समजा. कारण आपण शरीरासोबत आहात, पण शरीर नाही. आपल्याला भूक लागली तर मनात म्हणा, 'माझ्या मित्राला भूक लागली आहे.' आपल्या शरीरात जर वेदना होत असतील तर म्हणा, 'माझ्या मित्राला वेदना होत आहेत.'

आपल्या एखाद्या नातेवाइकाचा मृत्यू झाला तर, 'माझा नातेवाईक मरण पावला' असं म्हणू नका तर 'माझ्या मित्राचा (शरीराचा) नातेवाईक मरण पावला' असं म्हणा. मग तो नातेवाईक म्हणजे आपले आजोबा, नाना, काका वा काकी कोणीही असो. असं म्हटल्याने आपल्याला दुःख होणार नाही, त्यांच्याविषयी आसक्ती राहणार नाही. शिवाय दुःख झालं तरी ते तीव्र नसेल.

मात्र असं बोलताना आपल्या सामान्य ज्ञानाचा, कॉमन सेन्सचाही वापर अवश्य करा. आपल्या मित्राकडे (शरीराकडे) डोळेझाक करता कामा नये. कारण तो आपल्या अभिव्यक्तीचं माध्यम आहे.

अशा प्रकारे मृत्यू एक महान शिक्षक असल्याने तो आपल्याकडून मनन करून घेतो. परंतु लोक नेमकी हीच गोष्ट विसरतात. मृत्यूपासून जे शिकायला हवं, ते शिकतच नाहीत. मात्र जेव्हा सजगता वाढते, तेव्हा पाचवं रहस्य आपल्या जीवनात उतरू लागतं. प्रत्येक घटनेबाबत आपल्याला वाटणारी आसक्ती कमी होते. या घटना मित्राच्या बाबतीत होत आहेत, माझ्याबाबत नाही. या आपल्या ठाम विश्वासामुळे त्या घटनांकडे अलिप्तपणे बघणं सोपं जातं.

मग याच विश्वासाने आणि ठाम भूमिकेने आपल्या मित्राला (शरीराला) प्रशिक्षित करा. परीक्षेसाठी वा इतर कामाच्या संदर्भात तयारी करताना, ती उच्च अभिव्यक्तीसाठीच करायची आहे, ही दृढता ठेवा. तिच्यात कौशल्य आणि नैपुण्य आणायचं आहे, ही भावना मनात बाळगा. यासाठी मित्राची क्षमता आणि योग्यता वाढवायची आहे. कारण तो सतत आपल्यासोबत असतो. त्याच्याबाबतीत आवश्यक ती सर्व काळजी घेतली जावी, पण ती आपली समस्या बनू नये. जेव्हा आपण एखाद्या मित्राची समस्या सोडवतो, तेव्हा आपल्याला कसं वाटतं? त्याची समस्या सोडवणं सहज-सोपं वाटतं.

मात्र आपली स्वत:ची समस्या सोडवणं आपल्याला कठीण जातं. 'हे कार्य कधी पूर्ण होईल... हे मला जमेल का... माझं लग्न कधी होईल... मुलगी कशी असेल... मला नोकरी कधी मिळेल... पगार चांगला मिळेल ना...' यांसारखे नानाविध प्रश्न मनात काहूर माजवत असतात. पण हे सर्व आपल्या बाबतीत घडत नसून आपल्या मित्राच्या, शरीराबाबत होत आहे, असं जाणीवपूर्वक म्हटल्याबरोबर मनावरचा ताण एकदम कमी होईल. मित्र, सोबती, मैत्रीण असा कुठलाही शब्द वापरला तरी त्याद्वारे 'शरीर म्हणजे मी नाही' ही समज असणं महत्त्वाचं आहे.

लोकांशी बोलताना मात्र काही पथ्यं पाळली तर आपल्याला ते सोयीस्कर ठरेल. दुसऱ्यांच्या समोर बोलताना 'मला त्रास होत आहे... मला चक्कर येत आहे... मला मळमळत आहे...' असंच म्हणा. पण मनातल्या मनात, 'वास्तविक हे सर्व माझ्या मित्राच्या बाबतीत होत आहे' असं स्वत:ला बजावून सांगा. 'मी मघाशी जे बोललो ते समोरच्या माणसाला समजावं यासाठी बोललो.' पण असं बोलतानाही त्या माणसाशी खोटं बोलायचं किंवा कपट करायचं म्हणून मी तसं बोललो नाही. उलट जे बोललो ते प्रेमापोटी होतं, त्या माणसाच्या मनात संभ्रम होऊ नये म्हणून मी असं बोललो असं समजा.

अशा प्रकारे आपण हे पाचवं रहस्य 'आपण शरीरासोबत आहोत, शरीर नाही' हे विस्ताराने समजून घेतलं.

अध्याय २३

असली 'मी'ची परिभाषा

शरीर कोण, मी कोण

'आपण स्वत:साठी दररोज एक तास काढा, असं जर कोणी आपल्याला सांगितलं तर त्यासाठी आपण तयार आहात का? तेव्हा या प्रश्नाचं आपलं उत्तर 'होय' मी स्वत:साठी एक तास वेळ देतो, असं असतं. त्यात मी टीव्ही बघतो, बागेत जातो, कुटुंबासह हॉटेलमध्ये जेवायला जातो...' या गोष्टी केल्याने आपल्याला वाटतं, आपण स्वत:साठी वेळ काढला. परंतु वास्तवात हा वेळ इतरांसाठीच असतो, स्वत:साठी नव्हे, हे लक्षात घ्या.

खरंतर हा वेळ आपण आपल्या इंद्रियांसाठी दिलेला असतो. ज्यांना आपण 'मी' असं समजून जगत असतो. आपण जेव्हा स्वत:ला शरीर समजून जगतो; तेव्हा तुम्हाला वाटतं, आपल्या डोळ्यांनी नयनरम्य दृश्यं बघावीत; कानांनी सुमधुर संगीत ऐकावं, नाकाने सुवास घ्यावा, रसनेनं वेगवेगळ्या रुचकर पदार्थांचा स्वाद घ्यावा. अशा प्रकारे इंद्रियांच्या इच्छा पूर्ण करण्यासाठी, त्यांच्या तृप्तीसाठी आपण आपलं संपूर्ण आयुष्य व्यतीत करतो.

आपण जरी स्वत:ला शरीर समजत असला तरी तुम्ही म्हणजे शरीर नाही, तर तो आपला मित्र आहे, याची दृढता बाळगा. शरीरात जो जिवंत, चैतन्यमय अनुभव

असतो, वास्तवात तोच आपण असतो. मी शरीर, मन, बुद्धी आहे असं आपल्याला वाटतं. परंतु यांपैकी आपण कुणीच नाही. शरीरापलीकडेच आपलं खरं अस्तित्व आहे.

'माझा शर्ट, माझं पेन' असं आपण जेव्हा म्हणतो, तेव्हा हे म्हणणारा शर्ट आणि पेन या वस्तूंपेक्षा वेगळा आहे हे आपल्याला ठाऊक असतं. परंतु जेव्हा आपण 'माझं शरीर' असं म्हणतो, तेव्हा 'मी म्हणजे हे शरीर' अशा भ्रमात असतो, ही किती मजेदार बाब आहे! वास्तविक आपण म्हणजे हा देह, हे शरीर नव्हे तर 'हे माझं आहे' असं म्हणणारे आपण आहात. मग या 'असली मी'साठी आपण किती वेळ देतो? कारण या 'असली मी'साठी आपण जो वेळ देतो, तोच आपल्याला खरं समाधान मिळवून देतो. हा वेळ म्हणजे सत्यश्रवण, सत्यसेवा आणि भक्ती या रूपात असतो.

लेखकाच्या दृष्टीतून बघा

समजा, आपल्याजवळ एक कागद आहे आणि त्यावर लाल, काळ्या, हिरव्या आणि निळ्या शाईने वेगवेगळे शब्द लिहिले असतील तर आपलं लक्ष त्या विभिन्न रंगांवर केंद्रित होतं. परंतु आपण जर नीट पाहिलं तर लक्षात येईल, त्या सर्व शब्दांमागे एकच कागद उपलब्ध आहे. कसं ते आपण एका उदाहरणाने जाणू या.

त्या कागदावर लिहिलं आहे, 'एक कागद कवी कागद होता कागद. त्याने कागद एक कागद दिवस कागद ठरवलं कागद. त्याने कागद कविता कागद लिहिण्याचं कागद ठरवलं कागद. त्याने कागद कागद कागद घेतला.'

वरील मजकूर वाचला तरी याचा अर्थ लक्षात येणार नाही. कारण यात वेगवेगळे शब्द लिहिले आहेत. त्यात प्रत्येक शब्दाआड कागद हा शब्द पुन:पुन्हा आला आहे. कागद शब्द काढून हा मजकूर वाचला तरच त्याचा अर्थ लक्षात येईल.

'एक कवी होता. त्याने एक दिवस ठरवलं. त्याने कविता लिहिण्याचं ठरवलं. त्याने कागद घेतला.'

या दोन शब्दांमध्ये काय आहे? हे शब्द कशावर लिहिले गेले आहेत? जसं, आपण सर्वजण रोज वृत्तपत्र वाचतो. पण त्या वृत्तपत्रातील कागदावर हे शब्द कसे टिकून राहतात, याचा विचार आपल्या मनात कधी आलाय का? कागद नसता तर हे शब्द कसे टिकून राहिले असते?

शब्द, शरीराचं प्रतीक आहे. विश्वात वेगवेगळी शरीरं (शब्द) आहेत. कोणी कृष्णवर्णीय तर कोणी गोरे. तसं पाहिलं तर सगळे वादविवाद शब्दांमध्येच (शरीरामध्ये)

होत असतात. कारण ते वेगवेगळे दिसतात. पण केवळ त्यांचा रंग, आकार आणि अर्थ यांत फरक असतो.

आपण जगात अनेक लोकांना भेटतो. त्या प्रत्येकाचं वागणं आणि ध्येय वेगवेगळं असल्याचं जाणवत असलं तरी त्यांच्या अंतर्यामी एकच अस्तित्व आहे, असं कधी आपल्याला जाणवत नाही. त्यांचा रंग, आकार आणि अर्थ एक असूनदेखील! वास्तवात एकाच कागदावर ते लिहिले गेले आहेत. कागद नसता तर हे शब्दही नसते. फक्त शब्दांमध्ये कागद आहे असं समजणं योग्य नाही. त्या शब्दांच्या मागेही कागद आहे. केवळ आपल्याला स्मरण देण्यासाठी दोन शब्दांमध्ये 'कागद' हा शब्द लिहिण्यात आला होता.

कागद हा शब्द खरंतर कागद नाहीच, परंतु तरीही तो कागदाची आठवण नक्कीच करून देऊ शकतो. आपण मंत्रोच्चार का करतो? मंत्रोच्चाराचा उद्देश काय असतो? कारण मंत्र म्हणजे ज्ञान नाही. म्हणूनच मौन हा शब्द, मौन नाही. परंतु ते आपल्याला अनुभवाचं स्मरण देतात. हे रहस्य ज्ञात होणं म्हणजेच अध्यात्म होय.

तसं पाहिलं तर सर्वजण एकाच लेखकाची कहाणी लिहीत आहेत. सर्व शब्द एकच अभिव्यक्ती करत आहेत. कारण कहाणी एकच आहे. त्या कागदावर दुसरी कोणतीही कहाणी लिहिलेली नाही. शिवाय आत्ताही ती कहाणी (संसार) सुरूच आहे. आरंभापासून आजवर ती चालत आली आहे. जेव्हा हीच कहाणी पुढे नेण्यासाठी सगळे शब्द आहेत, हे लक्षात येतं, तेव्हा मनुष्याला आनंद होतो.

ही कहाणी खूप पाल्हाळ लावत आहे, असं कदाचित आपल्याला वाटेल. परंतु लेखकाच्या दृष्टीने बघितलं तर तो म्हणेल, 'आता तर कुठे ही कहाणी सुरू झालीय, यात आणखी खूप मजेदार घटना व्हायच्या आहेत; कहाणीत नवी वळणं यायची आहेत. शिवाय यू टर्नही येणार आहे!'

दोन हजार वर्षांपूर्वी येशू ख्रिस्ताचा जन्म झाला आणि २५०० वर्षांपूर्वी गौतम बुद्ध पृथ्वीवर अवतरले... लेखक म्हणेल, म्हणून काय झालं? आता तर कहाणीत खरा रंग भरणार आहे. वेगवेगळ्या प्रकारची अभिव्यक्ती होणार आहे. मीरा, कबीर, चैतन्य महाप्रभू, रामकृष्ण परमहंस, रमण महर्षी या सर्वांच्या शरीरांद्वारे वेगवेगळ्या प्रकारची अभिव्यक्ती झाली होती; परंतु अद्याप त्यात कितीतरी भर पडायची आहे. आता तर कुठे सुरुवात झाली आहे. खरं शिखर तर पुढेच आहे. अशा प्रकारे लेखकाच्या नजरेतून

बघणं, हेच खरं अध्यात्म आहे. लेखकाच्या दृष्टिकोनातून बघण्याची कला अवगत करण्यासाठी आधी आपण सत्यापुढे समर्पित होऊन सत्य जाणून घ्यायला हवं.

आत्मस्मरण

आत्मस्मरण हा आत्मज्ञानाचा आरंभबिंदू असून तो अत्यंत महत्त्वपूर्ण आहे. या बिंदूचं सखोल ज्ञान व्हावं म्हणून आपण एक उदाहरण पाहू या.

१. मी छतावर गेलो.

२. माझ्या हाताला जखम झाली.

३. मला वाईट वाटलं.

४. डॉक्टरांकडे जावं असा विचार मी केला.

पहिल्या वाक्यात 'मी छतावर गेलो.' त्यात मी हा शब्द शरीरासाठी वापरला गेला. दिवसभरात आपण अनेकदा स्वत:ला शरीर मानून बोलत असतो. जसं, मी जेवलो... मी पाणी प्यालो... मी गेलो... मी आलो... मी हसलो... मी रडलो... इत्यादी. या उदाहरणात आपण स्वत:ला शरीर समजून बोलतोय.

'माझ्या हाताला जखम झाली' या दुसऱ्या वाक्यात 'माझ्या' शब्द कोणाबाबत वापरला आहे? शरीरासाठी निश्चितच नाही. मग आपण शरीराला 'मी' मानलं तर 'माझ्या हाताला' असा शब्दप्रयोग करणार नाही. 'माझ्या हाताला' म्हणताना स्वत:ला शरीरापेक्षा वेगळं मानलं जातं. माझ्या हाताला, माझ्या शर्टाला, माझ्या संगणकाला असे शब्दप्रयोग करताना आपण या वस्तूंपेक्षा वेगळे असतो. 'माझ्या हाताला' असं म्हणताना हात वेगळा आणि 'माझ्या' म्हणणारा वेगळा – हे स्पष्टच आहे. येथे कोणीतरी आहे, जो शरीरापेक्षा वेगळा असून माझ्या हाताला लागलं आहे, असं म्हणतोय, याची जाणीव होते.

'मला वाईट वाटलं' या तिसऱ्या वाक्यात 'मला' हा शब्द मनाबाबत दर्शवला गेलाय. आपल्या शरीराला वाईट वाटत नाही तर आपल्या मनाला वाईट वाटतं. म्हणून जेव्हा आपण मला चांगलं वाटलं, वाईट वाटलं असं म्हणतो, तेव्हा स्वत:ला मन समजून बोलत असतो.

'डॉक्टरांकडे जावं असा विचार मी केला' या वाक्यात विचार करण्याची बौद्धिक प्रक्रिया सूचित होते. येथे मी म्हणजे बुद्धी असं मानलं आहे.

अशा प्रकारे एकाच घटनेसंदर्भात आपण एकदा शरीराला 'मी' म्हणतो तर दुसऱ्यांदा मन आणि तिसऱ्यांदा बुद्धी. या सर्वांमागे घटनेतील जो 'मी' आहे त्यालाच मी मानलं जातं, गृहीत धरलं जातं.

येथे चार वाक्यांमध्ये चार मी आपल्याला आढळून आले. या पद्धतीने सखोल मनन केलं तर आणखी काही 'मी' समोर येतील.

वास्तवात येथे वेगवेगळे मी भासत असले तरी शेवटी बोलणारा एकच मी आहे. वास्तविक आपण 'मी' या शब्दाऐवजी 'आम्ही' हा शब्दप्रयोग करायला हवा. या नकली 'मी'च्या गर्दीत 'असली' मी बाजूलाच पडतो, जणू तो हरवूनच जातो. शिवाय तो म्हणतो, 'मला तर पुढे येण्याची संधीच मिळत नाही. दरवेळी नकली 'मी'च पुढे होऊन मिरवतो. मग असली मी समोर येणार तरी कसा?'

आत्मसाक्षात्काराचा अर्थ 'असली मी'ची प्रचिती येणे, असा होतो. ही गोष्ट समजायला जशी सोपी तशीच अवघडही आहे. अवघड यासाठी, की 'असली मी' आपल्या फार निकट आहे. इतक्या समीप, की आपण त्या दृष्टीने कधी बघितलेलंच नसतं. उदाहरणार्थ, वर दिलेल्या चार विधानांचा आपण बोलण्यात सर्रास उल्लेख करतो. परंतु या वाक्यांद्वारे आपण स्वत:ला वेगळं (शरीर, मन, बुद्धी) मानतो. पण हा विचारही आपल्या मनात कधी येत नाही.

सेल्फ रिमेम्बरन्स म्हणजे 'स्व'ची आठवण येणे, आत्मस्मरण होणे. दिवसभरात आपल्याला कधीही याची आठवण येताच स्वत:ला विचारा, 'जेव्हा मी – 'मी', 'माझा', 'मला' या शब्दांचा वापर करतो, तेव्हा तो 'मी' कोणासाठी वापरत आहे?' असं केल्याने आपल्या चेतनेचा स्तर निश्चितच उंचावेल.

एकदा एक मद्यपी आपल्या घरी आला आणि तो आपल्या बिछान्यावर झोपायला गेला पण लगेच तो पलंगावरून खाली पडला. त्यावेळी जोरदार आवाज झाल्याने त्याने नोकराला हाक मारली. 'रामू, बघ तर खाली कोण पडलंय?' अशा प्रकारे मनुष्य जेव्हा बेहोश असतो, तेव्हा कुठल्याही गोष्टीला तो 'मी' समजतो. आपण कोणाबाबत बोलत आहोत याचं भानही त्याला नसतं. मात्र, आपण वस्तुस्थिती जाणण्याचा प्रयत्न करायला हवा.

अध्याय
२४

'स्व'ची ओळख

गैरसमज टाळा

'मी म्हणजे शरीर नाही' हे पाचव्या रहस्यात आपण जाणलंत. त्यापुढचं पाऊल आता टाकायचं आहे, ते म्हणजे मी कोण आहे?

यात आपल्याला स्वत:चीच विचारपूस करून प्रश्नोत्तराच्या आधारे स्वत:ला जाणायचं आहे. त्यासाठी 'स्व'चौकशी कशी करायची? ती केल्याने आपल्याला स्वानुभवावर कसं जाता येईल? हे आता आपण बघणार आहोत.

एका लग्नमंडपात विवाहसोहळ्याच्या वेळी एका गृहस्थानं प्रवेश केला. आधी तो वरपक्षाच्या कक्षात गेला. तेव्हा तेथील लोकांनी हा मनुष्य वधूपक्षाकडील असावा असं समजून त्याचं स्वागत केलं. त्याला आदरानं, आग्रहानं खाऊ-पिऊ घातलं.

त्यानंतर तो वधूपक्षाच्या कक्षात गेला. हा नवा चेहरा आहे, हे वधूपक्षाच्या लगेच लक्षात आलं. तथापि हा वरपक्षाकडील कोणी विशेष माणूस असावा असं समजून वधूपक्षाच्या लोकांनीही त्याचं आदरातिथ्य केलं, त्याचा मानपान केला. हे बघून हा कोणीतरी मोठा पाहुणा असावा अशी वरपक्षाची खात्री पटली. शिवाय आपण याचा यथायोग्य पाहुणचार केला याबद्दल स्वत:ला धन्य मानलं.

अशा प्रकारे हा गृहस्थ वधूपक्ष आणि वरपक्ष या दोघांचाही पाहुणचार घेत होता. दोन्हीकडे त्याचं येणं-जाणं चालू राहिलं. हा माणूस आगंतुक आहे याची कोणालाही कल्पना आली नाही. मग अचानक कोणीतरी त्याची चौकशी सुरू केली. त्याचं नाव, ठावठिकाणा विचारला. तेव्हा त्या गृहस्थाने तेथून लगेच पळ काढला. कारण जोवर त्याची कोणी चौकशी करत नव्हतं तोवर तो गृहस्थ स्वच्छंदपणे वावरत होता. मात्र लोकांना त्याचा संशय येताच तो तेथून सटकला.

याचाच अर्थ, आपण जेव्हा दु:खी असतो तेव्हा खरा दु:खी कोण आहे? याकडं आपलं लक्षच जात नाही. कारण सखोलपणे मनन न केल्याने नेमका दु:खी कोण, हेच आपल्याला समजत नाही.

एक गृहस्थ हौदापुढे उभा होता. त्या हौदातील पाण्यात त्याचं प्रतिबिंब दिसत होतं. पाणी हलल्याने त्याचं प्रतिबिंबही हलायचं. मग मी हललोय या विचाराने त्या गृहस्थाला दु:ख होईल का? नाही. पाण्यात माझं प्रतिबिंब आहे, मी नाही. शिवाय माझं प्रतिबिंब हलतंय, याचा अर्थ मी हलतोय असं अजिबात नाही. मग मी दु:खी होण्याचं काय कारण? असा विचार तो करतो. त्याचप्रमाणे आपणही 'दु:ख कोणाला होत आहे? दु:खी कोण आहे? आपला मित्र दु:खी आहे की आपण' हे समजून घ्यायला हवं. आपल्या अंतरंगात डोकावून सखोल चौकशी केली तर आपण दु:खी नाहीच, असं जाणवेल. तरीही तुम्ही म्हणता, मी दु:खी आहे... आज मी व्यथित आहे... अस्वस्थ आहे... निराश आहे... हताश आहे... अशा प्रकारे जेव्हा आपण स्वत:च अंतर्मुख होऊन, स्वचौकशी कराल, आपलं ध्यान अंतरंगात केंद्रित कराल, तेव्हा जीवनाचं हे पाचवं रहस्य अनुभवानं जाणू शकाल. अन्यथा संपूर्ण आयुष्य गैरसमजुतीत व्यतीत होईल. हे आणखी एका उदाहरणाने समजून घेऊ.

एके दिवशी एका दाम्पत्याच्या घरी अंकल जॉन आले. त्यावेळी पती ऑफिसमध्ये होता. अंकल जॉननं त्या माणसाच्या पत्नीला आपली ओळख करून दिली, 'मी अंकल जॉन.' पत्नीला वाटलं, हा माणूस तिच्या पतीचा अंकल - काका असेल. त्यामुळे त्यांचं स्वागत करत ती म्हणाली, 'हो हो... या बसा.' तिनं त्यांचं आदरातिथ्य केलं आणि पतीला फोन करून अंकल जॉन आल्याचं सांगितलं. त्यावर पतीला वाटलं, ते पत्नीचे एखादे काका असतील. तो म्हणाला, 'ठीक आहे, मी लवकर घरी येतो.' घरी आल्यावर पती काकांना भेटला. त्यांना विचारलं, 'अंकल जॉन, तुम्ही कसे आहात?' त्यांनी उत्तर दिलं, 'मी मजेत आहे.' आता तर पत्नीला खात्रीच पटली, की हा तिच्या

नवऱ्याचाच काका आहे. मात्र पती त्या माणसाला आपल्या पत्नीचा काका समजून त्याच्याशी चांगलं वागत-बोलत होता. अर्थात त्याला काकांशी चांगलंच वागावं लागणार होतं, नाहीतर त्याची पत्नी, 'माझ्या नातेवाइकांबरोबर हे कधीच चांगलं वागत नाहीत...' म्हणत नाराज व्हायची.

नवऱ्याचे काका असल्याने त्यांची चांगली आवभगत करायला हवी, अशा भ्रमात पत्नी होती. त्यामुळे तिनं काकांना विचारलं, 'रात्रीच्या जेवणात काय करू?' अंकल जॉन म्हणाले, 'मटर पनीर... बटर रोटी... जीरा राईस आणि दाल फ्राय मला खूपच आवडतं.' पत्नीनं अंकल जॉनसाठी त्यांच्या आवडीचे सगळे पदार्थ बनवले.

पाहता-पाहता अंकल जॉन त्या दाम्पत्याच्या घरात चांगलेच रुळले. त्यांच्या जीवनातील उर्वरित ४-५ वर्षं खाण्या-पिण्यात मजेत गेली. मग अचानक एके दिवशी त्यांचा मृत्यू झाला. त्यांचं दफन करून घरी आल्यानंतर पती पत्नीला म्हणाला, 'आता कपट खूप झालं. खरं सांगायचं तर, ते तुझे काका नसते, तर मी त्यांना एक दिवसही सहन केलं नसतं.' आश्चर्यचकित झालेली पत्नी किंचाळली, 'काय म्हणालात? माझे काका? अहो! ते तर तुमचे काका होते. तुमच्यामुळेच तर मी त्यांचं वागणं झेलत राहिले.'

ही कहाणी म्हणजे 'चौकशी'चा आधारस्तंभ आहे. कहाणीतील दाम्पत्याने, अंकल जॉन ज्या दिवशी घरी आले, त्याच दिवशी म्हणजे पहिल्याच दिवशी ही चौकशी करणं आवश्यक होतं. त्या दिवशी जर योग्य प्रकारे चौकशी झाली असती, तर अंकल जॉन पहिल्याच दिवशी पळून गेले असते.

या कहाणीतील अंकल जॉन केवळ एक पात्र, व्यक्तिरेखा आहे. एखाद्या माणसाचं नाव म्हणून त्याकडे पाहू नका. अन्यथा, एखाद्या मनुष्याच्या ओळखीतील अंकलचे नाव जॉन असल्यास तो त्याला जाऊन विचारेल, 'तू कोण आहेस?' तेव्हा लक्षात घ्या, तुम्हाला इतरांना नाही, तर स्वतःलाच विचारायचं आहे.

असा अंकल जॉन, तुलनात्मक मन प्रत्येकात असतो, परंतु लोक आयुष्यभर त्याची विचारपूसच करत नाहीत. त्यामुळे ते आरामात तिथेच मुक्काम ठोकून राहतं. 'आज खायला काय देणार... मला हे आवडतं... ते आवडत नाही...' असं त्याचं तुणतुणं सतत सुरूच असतं आणि त्याच्या सगळ्या फर्माईशी तुम्ही पूर्ण करत राहता. परंतु त्याच्यावर कधीही शंका घेत नाही. जेव्हा त्या शंकेचं समाधान मिळेल, तेव्हा तेजआस्थेचा जन्म होईल. मग ही आस्था असीम, अभंग आणि बेशर्त असेल.

स्वचौकशी करीत राहण्याचं महत्त्व आणि गैरसमजाने होणाऱ्या परिणामांचं स्वरूप आता आपल्या लक्षात आलंच असेल. 'मी शरीर नाही; शरीर हा माझा सोबती आहे.' ही गोष्ट आता एका प्रयोगाद्वारे सखोलतेने समजून घेऊ.

पुढे दिलेला प्रयोग वाचून झाल्यावर हे पुस्तक बाजूला ठेवा आणि प्रत्यक्ष प्रयोग करा.

आपल्या उजव्या हाताकडे काही क्षण बघा. त्यानंतर स्वत:लाच विचारा, 'हा हात म्हणजे मी आहे का?' या प्रश्नाचं उत्तर देण्याआधी थोडं थांबा. आपल्या बुद्धीच्या आधारे नव्हे तर अनुभवाच्या आधारे उत्तराचा विचार करा. एक मिनिट थांबून आपल्या हाताकडे बघा. नंतर स्वत:लाच विचारा, 'हा हात मी आहे का?' असं विचारून पुन्हा हाताकडे टक लावून बघा... यावेळी आपल्याला हात माझा आहे पण हा हात मी नाही असा अनुभव येईल.

याच प्रकारे शरीराच्या प्रत्येक अवयवाबाबत (पाय, गुडघे) हा प्रयोग करा. जो जो अवयव आपण पाहू शकता, त्याबाबत हाच प्रश्न विचारा. 'मी पाय आहे का? मी पोट आहे का? मी गुडघा आहे का?...' आरशाचा वापर करूनही हा प्रयोग आपण करू शकाल.

हा प्रयोग करताना आपल्याला कुठली भावना जाणवते? 'हा जर मी नाही, तर मग मी नक्की कोण?' त्यानंतर पुढचा प्रश्न विचारा, 'जर हा हात कापला गेला तर मी राहीन की नाही?' उत्तरासाठी काही वेळ थांबा. उत्तर येईल, 'राहीन, हा हात कापला गेला तरीही मी राहीन, संपूर्ण राहीन.'

कारण आपल्या अंतर्यामी जे जाणवतं, तेच दर्शवतं, 'मी तर पूर्ण आहे. हात कापला गेला तरी मला अपूर्ण असल्यासारखं वाटत नाही.'

अपघातामुळे कुणाचे हात, पाय कापले जातात. तरीही तो 'मी अर्धाच आहे... आधी पूर्ण होतो...' असं कधी म्हणत नाही. कारण शरीराचा एखादा अवयव कापला गेला तरी तुम्ही मात्र पूर्णच असता. हे सत्य अनुभवताच, 'मी शरीर आहे' ही मूळ धारणाच नष्ट होईल.

मनुष्याची चेतना जेव्हा निद्रिस्त होते, तेव्हा त्याचं मन स्वामी बनतं. मात्र चेतना स्वज्ञानाच्या सामर्थ्यावर आपल्या स्वामित्वाची घोषणा करते, तेव्हा मन गुलाम बनतं, दास बनतं.

अशा प्रकारे जीवनाचं हे पाचवं महान रहस्य आपल्याला अमूल्य ज्ञान प्रदान करून स्वानुभव प्राप्तीत साहाय्य करतं. मग स्वानुभव प्राप्तीनंतर आपल्या जीवनातील सगळी रहस्यं तुमच्यात सामावून जातील, ज्ञानरूपी तेज बनतील.

अशा प्रकारे महानद्वारा 'जीवनाची महान रहस्य' जाणल्यानंतर, अभेदचे डोळे विस्फारले गेले. तो महानला म्हणाला, 'आपण तर माझ्या सर्व समस्या एकदमच विलीन करून टाकल्यात. शिवाय माझी सगळी दु:खं आणि तणावही संपूर्णपणे नाहीसे झालेत. एक-एक करून जीवनाची ही महत्त्वपूर्ण पाच रहस्यं जाणून मी स्वत:ला अतिशय भाग्यशाली समजतोय.

'आपण माझ्या जीवनात आलात, ही खरोखरच उत्तम बाब आहे. अन्यथा मीदेखील ज्याप्रकारे लोक नेहमी जगतात तसंच जीवन जगत आलो असतो. खरं जीवन म्हणजे काय? मी कोण आहे? हे कधी जाणूच शकलो नसतो.'

अतिथीच्या या गोष्टी ऐकून महान हसत म्हणाला, 'खरंतर जीवन स्वत:च मनुष्यासमोर त्याची सर्व रहस्यं उलगडण्यासाठी उत्सुक असते. परंतु मनुष्य स्वत:ला इतका व्यस्त करून घेतो, की आयुष्याकडे बघायला त्याला वेळच नसतो. शिवाय जीवनाकडे योग्यप्रकारे न बघितल्याने तो अमूल्य रहस्यांपासून वंचित राहतो.'

'आपण योग्य बोललात, महान. प्रत्येक मनुष्य जर महानियम आणि महान रहस्य जाणू शकला तर त्याचं जीवन खूपच सरळ आणि सहज बनू शकतं. मी तर या क्षणापासूनच स्वत:ला हलकं झाल्याचं अनुभवतोय.'

'हेच तर खरं स्वातंत्र्य आहे, मुक्ती आहे. याचाच शोध मनुष्य खरंतर घेत असतो. परंतु हे त्याला स्वत:लाच ठाऊक नसतं, ही वेगळी गोष्ट आहे.'

'काय? खरंच! आपण याच गोष्टीचा शोध घेत असतो?' अतिथीने आश्चर्याने विचारलं.

'हो, प्रत्येक मनुष्याच्या काहीतरी इच्छा-अपेक्षा असतातच. परंतु त्याची मूळ इच्छा असते, 'आनंद-संतुष्टी'ची प्राप्ती! प्रत्येक इच्छापूर्तीनंतर जो आनंद मिळतो,

वास्तविक त्याचाच शोध त्याला असतो. त्याला वाटतं, 'मला अमुक-अमुक गोष्ट मिळाली तर आनंद होईल... मी पिकनिकला गेलो तर मला आनंद होईल...' परंतु आनंद आणि समाधान प्राप्त करणं, हीच त्याची ध्येयपूर्ती आहे.

'मात्र स्वत:ला जाणल्यानंतर, स्वानुभवात स्थापित झाल्यानंतरच मनुष्याला हा आनंद स्थायी रूपात प्राप्त होऊ शकतो. स्वानुभवात स्थापित झाल्यानंतरच स्थायी आनंद प्राप्त होतो आणि मग सुरुवात होते, ईश्वराची प्रशंसा करण्याची! ईश्वरीय गुणांची अभिव्यक्ती करण्याची!! आणि मनुष्याच्या पृथ्वीवर येण्याच्या एकमात्र उद्देशाची!!!'

महानच्या गोष्टी ऐकून अतिथी खूपच आश्चर्यचकित झाला. तो म्हणाला, 'महान, आपण तर अतिशय सखोल गोष्टी किती थोड्या शब्दात सांगितल्या!'

त्यावर महान हसत म्हणाला, ''हो! कारण मी आपल्याला पाचवं सखोल रहस्य सांगितलंय.''

त्यावर दोघंही मनमुराद हसले.

त्यानंतर महान अतिथीला म्हणाला, 'थांबा, आता मी तुम्हाला तुमच्या कामाची एक कहाणी सांगतो.'

'अच्छा, कोणती कहाणी?' अतिथीने उत्सुकतेनं विचारलं.

'ही १० दृष्टिहीन मित्रांची कहाणी आहे. या कहाणीद्वारे आपल्या जीवनातील १० छोटी रहस्यं दर्शवली आहेत. ती समजून घेतल्यानंतर तुमचं जीवन परिवर्तनाचा स्वीकार करून आणखी सुंदर होईल, यात शंकाच नाही.'

'मग, लवकर सांग...'

खंड २
दहा छोटी रहस्यं

कथा १

इच्छामुक्ती रहस्य

एका खेडेगावात दहा मित्र राहत होते. ते सर्व दृष्टिहीन असल्यामुळे एकमेकांच्या साहाय्यानं जीवन कंठत होते. एकमेकांच्या सुख-दुःखात परस्परांना साहाय्य करत होते.

एके दिवशी हे सर्व मित्र एका गावाच्या पारावर बसले आणि आपल्या अंधकारमय जीवनात काही नावीन्य यावं म्हणून विचार-विमर्श करू लागले. इतर लोकांप्रमाणे त्यांच्या जीवनातदेखील आनंद, उत्साह, उमेद या गोष्टी असाव्यात अशी त्या सर्वांची इच्छा होती. 'आपण असं काय करावं, जेणेकरून आपलं जीवन उत्साहानं भरून जाईल, आपलं जीवन सुरक्षित, सुविधाजनक आणि आनंदित कसं बनेल' या विषयावर ते मनन करू लागले.

आपापल्यापरीनं प्रत्येकजण काही ना काही उपाय सुचवत होते. परंतु कोणीही परस्परांच्या विचारांशी सहमत होत नव्हते. त्यातच एक मित्र म्हणाला, 'आपण जंगलातील जीवनाचा अनुभव घेऊया. आपल्यासाठी तर गाव आणि जंगल एकसारखंच आहे.' त्यावर या मित्राच्या मताशी सर्वांनी सहमती दर्शवली आणि सर्वजण जंगलाकडे प्रयाण केलं. त्या दहा मित्रांपैकी एकजण खूपच समजदार आणि मनन करणारा होता. इतर मित्र त्याला 'अंध साधक' असं म्हणत.

अशा प्रकारे जीवनात नावीन्य आणण्याच्या उद्देशाने ते सर्वजण मायेच्या जंगलात पोहोचले. सकाळपासून रात्रीपर्यंत ते जंगलात विहार करून तेथील सर्व बाबी समजून घेऊ लागले. जंगलात फिरत असताना त्यांना जमिनीवर काही फळं सापडली. ती फळं खाऊनच मग ते आपला उदरनिर्वाह करू लागले.

असेच एक दिवस जंगलात भ्रमंती करत असताना अचानक काहीतरी खाली पडल्याचा आवाज आला. ज्या लोकांच्या कानावर तो आवाज पडला, ते लोक त्या आवाजाच्या दिशेनं गेले. तेथे त्यांना एक अनोखं फळ मिळालं. आता ते फळ हातात घेऊन सर्वजण त्याला न्याहाळू लागले. त्यापैकी काही लोकांच्या मनात, ही कोणती वस्तू असावी असा विचार आला. त्यानंतर हे एक फळ आहे, हे त्यांना समजलं. आता ते विचार करू लागले, हे फळ कुठून पडलं असावं, बरं? मग ते आसपास शोधत असताना त्यांना एक झाड आणि त्याच्या फांद्यांची चाहूल लागली. आता त्या सर्वांनी झाड हलवायला सुरुवात केली. तर काय आश्चर्य, त्या झाडाची बरीचशी फळं खाली पडली. आता झाडांचा शोध घेऊन ते हलवून फळं पाडायची हा त्यांचा नित्यक्रमच बनला. त्यातूनच त्यांना अनेक फळं मिळू लागल्याने आता त्यांची खाण्यापिण्याची चिंता कायमस्वरूपी मिटली म्हणून त्यांना हायसं वाटलं. त्या दिवशी त्यांच्या आनंदाला पारावारच राहिला नाही. जणू काही त्यांच्या सर्व समस्यांवर जालीम उपायच मिळाला होता. त्या दिवसापासून त्यांच्या सर्व समस्यांचं निराकरण झालं म्हणून त्यांनी आनंदोत्सव साजरा केला. त्या दिवशी ते सगळे आनंदानं बेभान मनसोक्त नाचले, गायले आणि सर्वांनी यथेच्छ फळं खाल्ली.

आपलं मनदेखील अगदी असंच आहे. आपल्या मनातदेखील प्रत्येक क्षणी एक नवीन इच्छा निर्माण होते. इच्छांनी तुडुंब भरलेलं मन, अचानक इच्छापूर्ती झाल्यानं काही काळासाठी शांत होतं, मौन धारण करतं. मन रिक्त होताच मनामागे दडलेला, मनामुळे झाकोळलेला आनंद प्रकट होतो. शिवाय हा आनंद इच्छापूर्ती झाल्याने मिळाला, असा आपला भ्रम होतो. जीवनाचं हे रहस्य ज्ञात होताच आपण इच्छांच्या आसक्तीतून मुक्त होऊ लागतो.

आजपर्यंत आपण किती इच्छा बाळगल्या आणि त्यातील किती पूर्ण झाल्या, याचा हिशेब करून बघा. आजवर आपल्या किती इच्छा पूर्ण झाल्या? याची सरासरीच्या नियमाने पडताळणी करा. आपलं मन किती टक्के रिक्त होतं, याचा शोध घेऊन त्याचं विश्लेषण करा. आपलं मन इच्छापूर्ती होताच काही क्षण रिक्त होतं. मग काही वेळाने

पुन्हा एखादी इच्छा निर्माण होते आणि पुन्हा रिकामं झालेलं मन इच्छांनी भरून जातं. अशा प्रकारे मन इच्छांनी व्यापताच त्याच्या मागे असलेला आनंद (सत्य) झाकोळून जातो आणि आपण विक्रमादित्याप्रमाणे नव्या इच्छांच्या पूर्ततेसाठी परत धडपडू लागतो. हा खेळ लक्षात येताच आपण फळांच्या आसक्तीपासून मुक्त होऊन स्थायी आनंद मिळवू शकतो.

कथा
२

स्थायी आनंदाचं रहस्य

आता अनोख्या फळांचा वृक्ष गवसल्याने त्या अंध मित्रांकडे काही कामच उरलं नव्हतं. सर्वजण मिळालेलं सुख भोगण्यात मग्न होते. परंतु त्यातील जो 'अंध साधक' होता, त्याच्या मनात मात्र निरनिराळ्या प्रश्नांचं काहूर माजत असे. आता हे सर्व मित्र दररोज जंगलात जात असत आणि ते झाड हलवून फळं खाली पाडत. मग ती फळं खात-खात आपापसात गप्पा मारणे, चर्चा करणे असा त्यांचा दिनक्रम बनला होता. अशा तऱ्हेनं त्यांचं जीवन व्यतीत होऊ लागलं. भूक लागेल, तेव्हा झाड हलवायचं, फळं पाडून ती वेचून खायची आणि अंधार पडायच्या आत घरी येऊन आराम करायचा. अशा प्रकारे अगदी आनंदी आणि आरामदायी जीवन ते जगू लागले. 'अंध साधक' सोडून इतर सर्वजण अगदी खुशीत होते. परंतु 'हा अंध साधक' मात्र कोणत्या तरी गोष्टीच्या शोधात होता. तो सतत काही ना काही विचार करत असे. त्यातून त्याच्या मनात पुढील प्रश्न यायचे :

१. आपण आपलं जीवन असंच खात-पीत व्यर्थ व्यतीत करायचं का?

२. आपल्या जीवनाचं लक्ष्य काय आहे?

३. आपण या पृथ्वीवर का आलो आहोत?

४. निसर्गावर अवलंबून राहिल्याने आपलं जीवन आनंदी बनू शकतं का?

५. ही सृष्टी नव्हती, हा संसार नव्हता, त्यावेळी कसं वाटत असेल?

६. हे सगळं परिचित असल्यासारखं का वाटतं?

७. मी कोण आहे?

वरील प्रमाणे असंख्य प्रश्न त्याच्या मनात निर्माण होत होते. मात्र सर्वांच्याच मनात असे प्रश्न निर्माण होत नाहीत. असे प्रश्न केवळ साधकांच्या मनातच उद्भवतात. साधक म्हणजे ज्याला सत्य प्राप्त करायचंय, जीवनातील महान रहस्यांचा शोध घ्यायचाय अशी व्यक्ती. ती एखाद्या गुप्तहेरासारखी असते. गुप्तहेर अनेक ठगांचा मागोवा घेतात, त्यांची चौकशी करतात. परंतु साधक हा असा गुप्तहेर आहे, जो स्वतःच स्वतःची चौकशी करतो.

अनेक प्रकारच्या भौतिक सुखसुविधा, काही लोकांच्या पायाशी लोळण घेत असतात, तरीदेखील त्यांच्या अंतर्यामी त्यांना सतत एक पोकळी जाणवत राहते. असे लोक आयुष्यभर ती पोकळी भरून काढण्याचा प्रयत्न करत राहतात. बरेचसे लोक ही पोकळी भरून काढण्यासाठी वेगवेगळ्या गोष्टींचा आधार घेतात. उदाहरणार्थ, भरपूर धन गोळा करण्यासाठी अहोरात्र काम करतात. काहीजण व्यसनांच्या आहारी जातात तर काही लोक मान-सन्मान, प्रतिष्ठा मिळवण्याच्या प्रयत्नात असतात. काही लोक वेगवेगळे व्यवसाय करतात तर काही नवनवी नाती बनवतात. वास्तविक हा काही स्थायी उपाय नव्हे.

आता इकडे, ज्या झाडांची फळं खाण्यासाठी मित्र चटावले होते, त्या झाडांपासून आता खूपच कमी फळं मिळू लागली होती. परंतु याची कुणालाच चिंता नव्हती. आजचा दिवस तर भागला ना, अशा विचारात ते आनंदी जीवन जगत होते. अंध साधक मात्र, 'झाडांपासून फळं मिळायचं बंद झालं तर आपण उपाशी राहणार का? यावर आणखी काही उपाय आहे का?' अशा गोष्टींवर मनन करत असे.

माणूस मात्र त्या अंधासारखंच ध्येयहीन, रहाटगाडग्याप्रमाणे जीवन व्यतीत करत असतो. त्याच्या जीवनात कोणतंही नावीन्य नसतं. आज प्रत्येक जण भूतकाळातील आणि भविष्यातील विचारांनी चिंतित आहे. पण खूप कमी लोक यांवरील उपायांबद्दल

विचार करतात. तसं पाहिलं तर सकाळपासून रात्रीपर्यंत आपल्याला किती विचार येतात? समजा, दहा हजार विचार येत असतील, तर त्यातील किती कामाचे असतात? फार फार तर पन्नास, शंभर! इतक्या सगळ्या विचारांत मौन प्राप्त करण्याचा विचार कधी आपल्या मनाला शिवतो का? वास्तविक मौन हीच स्थायी आनंदाची गुरुकिल्ली आहे.

कथा
३

निराशेमध्ये दडलेल्या आशेचं रहस्य

भूक लागली की झाड हलवायचं आणि फळं खायची ही सवय त्या मित्रांच्या अंगी चांगलीच भिनली होती. एके दिवशी नेहमीप्रमाणे भूक लागताच सर्वजण त्या झाडाजवळ गेले. त्यांनी झाड हलवलं. परंतु त्यादिवशी एकही फळ खाली पडलं नाही. या घटनेने सर्वजण चक्रावून गेले. अचानक फळं मिळणं बंद झाल्याने त्यांना काहीच सुचत नव्हतं. ते अवाक्‌ झाले. अचानक त्यांच्या जीवनात एक बदल आला होता. झाडं जोरजोरात हलवून देखील एकही फळ खाली पडत नाही, हे पाहून त्यातील काहीजण खूपच दुःखी झाले. मग ते ईश्वराला म्हणाले, ''हे ईश्वरा, हे काय झालं? इतके दिवस जी फळं मिळत होती, ती आता मिळणार नाहीत, आता आम्ही काय खायचं?'' हा घाव, ही घटना ते स्वीकारूच शकले नाहीत. हे पहिल्या प्रकाराचे मित्र होते.

दुसऱ्या प्रकारचे मित्र, जीवनात अचानक बदल घडल्याने आक्रोश करू लागले. 'इतके दिवस तर बिनबोभाट फळं मिळत होती. आता अचानक असं काय घडलं, की फळं मिळायचं बंद झालं?' असे विचार करून ते वास्तव पचवू न शकल्याने सतत रडत राहायचे. त्यांची सांत्वना करणं अवघड झालं होतं.

तिसऱ्या प्रकारचे लोक आता कोणाला सांभाळायचं, या संभ्रमात होते. जे एकदम

अवाक् झालेत, ज्यांच्या तोंडून अवाक्षरही निघत नाही, त्यांच्याकडून काही वदवून घ्यायचं की जे रडत आहेत, त्यांना सांत्वना द्यायची? शिवाय स्वतःला कसं सावरायचं, या विचारांनी ते त्रस्त झाले होते. त्यांचं मन दुःखद ढगरूपी विचारांनी व्यापलं गेलं.

मात्र चौथ्या प्रकारचे मित्र विचार करू लागले, पुन्हा एकदा प्रयत्न करून पाहूया... पुन्हा झाड हलवू... त्यांनी हे सगळं करून पाहिलं, पण त्यात ते अपयशी ठरले. निराशाच पदरी पडूनदेखील अधून मधून ते वेगवेगळे प्रयत्न करू लागले. दुसऱ्या दिवशी ते परत जंगलात आले, 'आता ही समस्या सुटणार आहे, हे दुःख दूर होणार आहे, सगळं काही ठीक होणार आहे' अशा प्रकारचा दिलासा स्वतःला देऊ लागले.

मात्र पाचव्या प्रकारचे मित्र निराशेनं घेरलेले असले तरी कमीत कमी ते आशावादी तरी होते. त्यांनी त्वरित बदलाचा स्वीकार करून समस्येवरील उपाय शोधला. आता या झाडांवर अवलंबून राहायचं नाही, असा निश्चयही केला. आता त्यांनी इतर झाडांचा शोध घेण्याचं ठरवलं. त्यांनी प्राप्त परिस्थितीशी दोन हात केले, झुंज दिली. यात ज्या लोकांनी त्यांची साथ सोडली, त्यांना सोडून ते पुढील मार्गक्रमणासाठी सज्ज झाले.

ही कहाणी आता ज्या वळणावर आली आहे, तिथे थोडासा अल्पविराम घेऊन, आपल्या जीवनात अशी समस्या उद्भवते, तेव्हा आपण वरील पाच प्रकारच्या लोकांपैकी कुठल्या प्रकारात मोडतो? अशावेळी आपली प्रतिक्रिया कशी असते?

- एखाद्या घटनेनं आपण भयभीत होतो का?
- एखाद्या घटनेत रडत बसतो का?
- एखाद्या घटनेत आपण इतरांना शांत करतो का?
- एखाद्या घटनेत सारासार विचार न करता पुन्हा पूर्वीचाच मार्ग चोखाळतो का?
- एखाद्या घटनेत सकारात्मक दृष्टिकोन ठेवून पुढील दिशेने वाटचाल करतो का?

वरील सर्व बाबींवर मनन करून बदलाच्या नियमाचं स्मरण ठेवून आपणदेखील यापुढील जीवन व्यतीत करा.

समस्या म्हणजे काय? एखादी घटना देखील आपल्या जीवनात बऱ्याच समस्या निर्माण करते. परंतु ईश्वरानं समस्या किंवा दुःख दिलंय तर त्यावरील उपायदेखील नक्कीच दिलेला असतो. हा मुख्य आणि महत्त्वपूर्ण बोध आपण या कहाणीतून शिकलो.

कथा ४

आराम सीमेपलीकडे, विकासाचं रहस्य

पाच मित्र निघून गेल्यानंतर आता जंगलामध्ये केवळ तो अंध साधक आणि चार मित्र राहिले होते. खरंतर त्या चौघांनाही अचानक धक्का बसला होता, पण तरी ते त्यातून सावरण्याचा प्रयत्न करू लागले. ते थोडंफार बोलत असले तरी काळजीची छटा त्यातून डोकावत होती. आता त्यांना उपाशीपोटी दिवस घालवावे लागत होते. तेव्हा अंध साधकच त्यांना दिलासा देत असे, 'आपण का बरं इतका त्रास करून घेतोय? चला, दुसरा एखादा वृक्ष शोधूया.' परंतु इतर चौघं त्यासाठी अजिबात तयार नव्हते, 'अरे, ते शक्य नाही. हे जंगल किती धोकादायक आहे! येथे मोठमोठ्या दाट झाडांमागे लपणारे भयानक प्राणी आहेत, पानांच्या खालून सरपटणारे साप आहेत. त्यामुळे आपण इकडे-तिकडे कुठे जायला नको. आज ना उद्या, हा वृक्ष नक्कीच फळं देईल. शिवाय आम्हाला इथंच सुरक्षित वाटत असल्यानं आम्ही इथेच बसून राहू.' अशा प्रकारे ते खूपच भयभीत झाले होते आणि सुस्तावून, आरामसीमेतच राहू इच्छित होते.

आता इथं, आराम-सीमा म्हणजे काय? हे समजून घ्यायचं आहे. त्या पाच मित्रांपैकी चौघेजण अजूनही आपापल्या आराम-सीमेच्या परिघातच होते. बहुतेक लोकांचं असंच असतं! त्यांना आयुष्यात आराम हवा असतो, या आरामाच्या रूपानं त्यांनी जणू स्वतःसाठी एक मर्यादारेषा, आराम-सीमा आखलेली असते. शिवाय ही

आरामसीमा त्यांना कधीच पार करायची नसते, ओलांडून जाण्याची इच्छा नसते. आपण बराचसा कालावधी अशा आराम-सीमेच्या आतल्या परिघातच व्यतीत करतो. त्यामुळे आपण आळसावतो, आपल्याला झोप येते आणि अत्यंत आवश्यक काम करायलाही आपण टाळाटाळ करतो. नेमका तोच वाया गेलेला काळ, बहाणा पुढे आपल्या त्रासासाठी कारणीभूत ठरतो. तुम्हीही तुमच्या आराम-सीमेच्या (तमोगुणाच्या मर्यादेत) आतच आहात का?

आराम-सीमा म्हणजेच स्वतःच्या कार्यशक्तीची, वेळेची एक ठरावीक मर्यादा आखून घेणं. या ठरावीक मर्यादेनंतर मनुष्याची शक्ती आणि उत्साह आपोआपच ओसरू लागतो. मग ती मर्यादा ओलांडून पुढे आणखी एखादं कार्य करायला त्याला आवडत नाही. शरीर आणि मनाला लागलेल्या या सवयीमुळेच मनुष्य स्वतःचा विकास करू शकत नाही. शिवाय, बऱ्याचदा इच्छा असूनही त्याला ती सीमा ओलांडता येत नाही. कारण आराम सीमेच्या बाहेर जाण्याची त्याला अजिबात सवय नसल्यानं, त्या ठरावीक मर्यादेपर्यंत जाताच त्याचं शरीर अस्वस्थ होऊ लागतं. मग, शरीराची ही अवस्था पाहून त्याचं मनही कार्य करण्यास विरोध करू लागतं. शरीर आणि मनाची अशी अवस्था पाहून मनुष्याला तीव्र अस्वस्थता जाणवू लागते, तिलाच 'आराम-सीमा' असं म्हटलं जातं. परंतु या स्वतःहून आखलेल्या आराम-सीमेमुळेच मनुष्य निसर्गानं प्रदान केलेल्या शक्तींद्वारे जे काही महान, असीम कार्य करू शकला असता, ते करू शकत नाही. परिणामी त्याच्या सर्व शक्ती सुप्तावस्थेतच राहतात. अशा प्रकारे अनेकजण निव्वळ आळस आणि भीतीमुळे आपापल्या आराम-सीमांमध्येच अडकून पडतात.

खरंतर, तुमच्या दैनंदिन जीवनाशिवाय इतर ज्या गोष्टी तुम्ही करता, त्यामुळेच तुमचा विकास होत असतो. तुम्ही नीट निरीक्षण केलंत तर, तुमचा रोजचा दिवस घर, उपजीविका, शाळा, कॉलेज अशा गोष्टींमध्येच व्यतीत होतो. त्यामुळे आजपर्यंत तुम्ही जसं जीवन जगत आलाय, तसंच यापुढेही सुरू राहतं. परंतु तुम्हाला स्वतःचा विकास करायचा असेल, कोणत्याही समस्येवर मात करायची असेल तर तुम्ही आराम-सीमा ओलांडून आणखी काहीतरी करायला हवं. जेणेकरून तुम्हाला जीवनाची पुढची वाटचाल करण्यासाठी आणि महान रहस्यं समजून घेण्यासाठी ते साहाय्यक ठरेल.

कथा
५

अव्यक्तिगत दृष्टिकोनाचं रहस्य

त्या मायावी जंगलात, जिथं काही दिवसांपूर्वी सर्वजण एकत्रितरीत्या जीवनाचा आनंद लुटत होते, आज तिथंच काहीजण निराशेच्या अंधारात, बंधनात जगू लागले. अंध साधक त्याच्या चार मित्रांशी वारंवार चर्चा करत होता. त्यांना विश्वास देण्याचा प्रयत्न करत होता, 'आपण नव्या वृक्षाचा शोध घ्यायला हवा. आपल्या या फसव्या सुरक्षाचक्राच्या आणि आराम-सीमेच्या परिघाबाहेर पडून अग्रेसर व्हायला हवं.' परंतु ते चौघंही त्याचं काही केल्या ऐकेनात. उलट त्या अंध साधकालाच ते भीती दाखवू लागले, 'त्या घनदाट जंगलात आपण रस्ता चुकलो तर... एखादा अपघात झाला तर... जंगलातल्या प्राण्यांनी हल्ला केला तर... आपण कुठेच सुरक्षित राहू शकणार नाही.' अशा प्रकारे ते आपल्या भीतीचं अक्राळ-विक्राळ रूप त्याला दाखवू लागले. परिणामी इतर वृक्ष शोधण्यासाठी तयार असलेला तो बिचारा अंध साधक, त्यांनी सांगितलेल्या गोष्टींवरच विश्वास ठेवू लागला. 'एखाद्या खोट्या गोष्टीची हजार वेळा पुनरावृत्ती केल्यावर ती जशी खरी वाटू लागते. परंतु कालांतरानं त्यामुळेच समस्या निर्माण होतात' तसंच त्याच्या बाबतीतही झालं.

आता त्याच्या मनात अशा त्रासदायक गोष्टींचं, समस्यांचं जणू एक मायावी जाळंच विणलं गेलं. पण त्या परिस्थितीतही त्याच्या मनात काही प्रश्न निर्माण होत

होते. जसं, 'समस्या किंवा त्रासदायक गोष्टी म्हणजे काय? त्याविषयीचे विचार सतत का येतात? समस्या म्हणजे अज्ञानाचंच दुसरं रूप तर नव्हे?' या विचारांच्या आधारे तो साधक आयुष्यभर मनन करत राहिला.

मात्र दुसरीकडे, त्या मायावी जंगलात नव्या वृक्षाच्या शोधार्थ निघालेले पाच आशावादी मित्र बिकट परिस्थितीशी झुंजत होते. जंगलात भटकत असतानाही, त्यांच्या मार्गात अनेक संकटं उभीच होती. त्यांनादेखील अनेक प्रकारच्या समस्यांना तोंड द्यावं लागलं. परंतु ते हिंमत हारले नाहीत. ते दररोज, प्रत्येक क्षणी या ना त्या प्रकारे, नवनवीन प्रकारची संकटं झेलत राहिले. अनेकदा त्यांना उपाशी राहावं लागलं, कधी वाटेत त्यांना मिळतील ती फळं खावी लागली. जंगलातल्या कच्च्या रस्त्यानं जाताना ते कधी धडपडले, कधी सावरले, तर कधी घायाळही झाले. कधी जंगली प्राण्यानं हल्ला केला, तर कधी कुणी दलदलीत फसला.

मात्र इतकं सगळं होऊनही ते परिस्थितीला शरण गेले नाहीत किंवा त्यांनी हारही मानली नाही. ते पुढे-पुढेच जात राहिले. या सर्व गोष्टींना तोंड देता-देता ते अशा परिस्थितीविषयी संवेदनशून्य (Desensitize) होत गेले. त्यामुळे, ते आता कोणत्याही प्रकारच्या संकटांना तोंड देण्यासाठी पूर्वीपेक्षाही अधिक मजबूत, कणखर झाले होते. परिणामी आयुष्यात कुठलीही समस्या आली, अगदी जंगलामध्ये समस्यांचा डोंगर जरी उभा झाला तरी त्याला तोंड देण्याचा दृढ विश्वास त्यांच्यामध्ये जागृत झाला होता. कारण, समस्यांबद्दल संवेदनाशून्य होण्याची कला त्यांना अवगत झाली होती.

कोणत्याही समस्येकडे जर तुम्ही योग्य समजेसह (अंडरस्टँडिंगसह) पाहिलंत तर ती समस्या नव्हतीच हे समजेल. शिवाय तुम्ही आश्चर्यचकित व्हाल! तुमच्या आयुष्यात समस्या यासाठी येते, जेणेकरून तुमच्याद्वारे इतरांच्या समस्येचं निरसन व्हावं. परंतु अज्ञानापोटी मनुष्य समस्या म्हणजे त्रास आणि तोही स्वतःलाच होत असल्याचं समजतो. इतकंच काय पण, त्याला स्वतःच्या दुःखाविषयीदेखील आसक्ती वाटू लागते. काहीजण स्वतःच्या दुःखातून बाहेरच पडू इच्छित नाही तर काही लोक विशिष्ट समस्येत अडकून पडतात. परंतु तुम्ही स्वतःच्या समस्येकडे या नव्या दृष्टिकोनातून पाहिलंत तर तिचं निराकरण करणं तुमच्यासाठी आव्हानदायक ठरेल. मग एखादी समस्या सोडवणं म्हणजे तुम्ही इतरांची सेवा केल्यासारखंच असेल. लक्षात ठेवा, तुमच्या समस्या सोडवून तुम्ही संपूर्ण विश्वाचंच कल्याण करताय!

एकदा एका मनुष्याला एक असाध्य रोग जडला. मग त्यानं त्यावरची लस शोधून

काढली आणि तो स्वतः या रोगातून बरा झाला. पुढे त्या मनुष्यानं शोधलेल्या लशीचा वापर करून हजारो रोगी बरे झाले. अशा प्रकारे तुमची समस्या ही केवळ तुमच्यासाठी नसतेच! शिवाय त्यामध्ये त्रासदायक असं काहीही नसून ते पूर्णपणे अव्यक्तिगत आव्हानच असतं.

तुम्ही पृथ्वीवर जी कार्ये करण्यासाठी आला आहात, ती कार्ये जोपर्यंत तुमच्या शरीराकडून पूर्ण होणार नाहीत, तोपर्यंत तुम्हाला संतुष्टी लाभणार नाही. म्हणूनच तुम्हाला समस्येच्या रूपानं जी संधी गवसली आहे, त्याविषयी नव्या पद्धतीनं पुनर्विचार करा. तुमच्या समोरील समस्या ही पूर्णपणे अव्यक्तिगत समस्या असते, हे सत्य तुम्ही लवकरात लवकर जाणून घ्या. त्या समस्येला वैयक्तिक मानून दुःखाला आमंत्रण देऊ नका.

त्या अंध साधकालाही ही गोष्ट समजली परंतु सर्वांत शेवटी!

कथा ६

आनंदी जीवनाचं रहस्य

त्या अंध साधकानं पुन्हा आपल्या चौघा मित्रांशी वाद-विवाद करायला सुरुवात केली. परंतु ते चौघंही स्वतःच्या बाबतीत घडलेल्या घटनांसाठी इतरांनाच दोष देऊ लागले. ते कधी जंगलाविषयी तर कधी स्वतःच्या कर्म आणि भाग्याविषयी रडत राहिले. शिवाय पूर्वीच तिथून निघून गेलेल्या त्या पाच मित्रांना ते दोष देऊ लागले. त्यांची कुबुद्धी त्यांना असं सुचवत राहिली, 'जे यापूर्वीच इथून गेले आहेत, त्यांनी तर ही चेष्टा केली नसेल ना? त्यांनी जाणून बुजून तर वृक्षाला काही केलं नसेल ना? आता जेव्हा ते परत येतील, तेव्हा आम्ही त्यांचा बदला घेतल्याशिवाय राहणार नाही.' अशाप्रकारे नकळत त्यांच्या मनात सुडाची भावना उत्पन्न होऊ लागली.

कधी ते स्वतःच्या नशिबालाच दोष देत असत, 'आमच्यासोबतच असं नेहमी का घडतं? आम्ही मागच्या जन्मी नक्कीच काहीतरी वाईट कर्म केलं असणार. या जंगलाचा कायदा असा का आहे? ज्याने कोणी हे जंगलाचे कायदे बनवले, त्याने असं का बरं केलं असावं? चांगल्या लोकांसोबत वाईट घटना आणि वाईट लोकांसोबत चांगल्या घटना का घडतात?'

आता त्या अंध साधकालाही वाटू लागलं, 'बहुतेक त्यांना तसे अनुभव आले

असावेत, त्यामुळेच ते असं बोलताहेत!' आपणही अनेकदा योग्य मार्गावर असूनही, सभोवतालच्या लोकांचं ऐकतो. पण स्वतःच्या शंकेवर शंका कधी घेत नाही. जसं, एखादं जहाज समुद्रात बुडालं, तर त्यामागचं कारण पाणी असलं तरी ते पूर्णतः चुकीचं असतं. वास्तविक, समुद्रातलं पाणी जहाजाला पाण्यावर तरंगण्यासाठी मदतच करत असतं. परंतु जे पाणी जहाजाच्या आतमध्ये शिरतं, तेच जहाजाच्या बुडण्यासाठी कारणीभूत ठरतं! तसंच, आपल्या अंतर्मनात ज्या शंका निर्माण होतात, त्याच आपल्याला समस्यांच्या समुद्रात खोलवर बुडवतात.

हे आणखी एका उदाहरणाद्वारे समजून घेऊया. जसं, खो-खोच्या खेळात एक व्यक्ती धावत असते आणि बाकी सर्वजण बसलेले असतात. धावणारी जी व्यक्ती आहे, ती समस्येनं ग्रासली आहे असं आपण समजूया. ती इतर कुणाला तरी खो देते आणि खो मिळालेली व्यक्ती धावू लागते. अगदी अशाच प्रकारे आपल्याला आलेल्या समस्येचा दोष आपण इतरांवर थोपवू लागतो आणि त्यांनाच कारणीभूत मानतो. त्यामुळे आपल्याला त्या समस्येतून तात्पुरती सुटका मिळते खरी, परंतु त्याचं खरं कारण समजेपर्यंत आपली त्यातून पूर्ण सुटका होत नाही. मग, आपण आयुष्यभर धावतच राहतो... स्वतःच्या नशिबाला, भाग्याला दोष देत...

याच विचारांमुळे तुम्ही वर्तमानात न राहता, भूतकाळ आणि भविष्यकाळ यांच्यामध्ये कोलांट्या उड्या मारत राहता. परंतु भूतकाळ तुमच्या आठवणीत असतो आणि भविष्यकाळ कल्पनेत. त्यामुळे खरा आनंद असतो, तो वर्तमानात! त्यासाठी सर्वांनीच वर्तमानात राहायला शिकायला हवं.

तुम्ही एखाद्या लहान मुलाकडे जसं आश्चर्यानं निरखून पाहता, तसं वर्तमानाकडेही पाहायला हवं. त्या लहान मुलाच्या छोट्या-छोट्या निरागस हालचाली जशा तुम्ही डोळ्यांनी टिपता, त्याचप्रमाणे वर्तमानातील प्रत्येक गोष्ट टिपायला हवी, त्याचं अवलोकन करायला हवं. अशा प्रकारे तुम्ही वर्तमानाचा आनंद घेऊ शकाल.

कथा ७

चिंतामुक्ती रहस्य

कहाणीच्या या नव्या वळणावर तो अंध साधक, आपल्या चौघा मित्रांना खूप समजावून सांगतो. पण ते ऐकत नाही म्हणून एकटाच तिथून पुढे जाण्याचा ठाम निश्चय करतो. मग नव्या वृक्षाच्या शोधात, तो त्यांना तिथंच सोडून पुढे निघतो.

जंगलात त्याला कधी सुकलेले वृक्ष सापडतात, तर कधी जमिनीवर पडलेली फळं खावी लागतात. तरीही तो भटकत राहतो, अनेक वृक्ष हलवत राहतो. अशा प्रकारे, तो कसाबसा त्याचा उदरनिर्वाह करू लागतो.

एकदा संध्याकाळी तो थकून-भागून एका वृक्षाखाली विश्रांती घेत होता. त्या वेळी अचानक त्याच्या मनात एक विचार चमकून जातो, 'ज्या वृक्षाची फळं इतके दिवस विनासायास मिळत होती, त्या वृक्षाच्या बाबतीत नेमकं घडलं तरी काय असावं?' मग त्याला आठवलं, आधीपासूनच त्या वृक्षाच्या फळांची संख्या कमी-कमी होत चालली होती. त्यानंतर ती फळं मिळणं हळूहळू बंद होत गेली. कारण कोणतीही गोष्ट अशी अचानक होत नाही.

हे लक्षात येताच तो चांगलाच दचकला. तसं पाहिलं तर काही दिवसापूर्वीच त्यांना पुढे येणाऱ्या परिस्थितीचा इशारा मिळत होता.

कहाणीच्या या भागात आपल्याला हीच समज मिळते, की आयुष्यात कोणतंही संकट येण्यापूर्वी, बदल होण्याआधी त्याचे संकेत मिळत असतात. जसं, एखादा मनुष्य जेवत असताना, त्याला पोटाकडून इशारा मिळतो, आता पुरे कर! पण तो ऐकत नाही आणि खातच राहतो. मग दुसऱ्यांदा पुन्हा पोटाचा इशारा मिळतो. तरीही तो दुर्लक्ष करतो मग मात्र त्याला पोटाचा त्रास होऊ लागतो. अशा प्रकारे निसर्ग आपल्याला पुढे येणाऱ्या घटनेविषयी सदैव संकेत देत असतो, सतर्क करतो.

कहाणीमध्ये पुढे, अंध साधक आणखी मनन करू लागतो. तेव्हा त्याच्या लक्षात येतं, गेले काही दिवस वृक्ष हलवत असताना आधीपेक्षा तो त्याला थोडा हलका जाणवत होता. तो हलवण्यासाठी आधी जेवढं बळ लागत होतं तितकं नंतर लागत नव्हतं. शेवटी-शेवटी तर त्याची फळं कमी आणि पानंच जास्त पडत होती. जर त्यांनी आधीच या संकेतांकडे लक्ष दिलं असतं, तर तेव्हापासूनच नव्या वृक्षाचा शोध घेण्यास सुरुवात नसती का केली?

इथं आपल्याला हे समजून घ्यायचं आहे, की आपण नेहमी वेळेवर मनन, चिंतन करणं आवश्यक आहे. त्यामुळेच चिंतेचा मृत्यू होईल, चिंतेमुळे मृत्यू नाही! अन्यथा आपलं आयुष्य जर-तर करण्यातच निरर्थक जाईल.

कथा
८

संधी साधण्याचं रहस्य

अशा प्रकारे अंध साधक आपल्या कल्पनारूपी स्वप्नांतून बाहेर पडून वास्तव जगात आला. आता त्याला असा एक वृक्ष सापडला, ज्याची फळं आधीच्या फळांपेक्षाही अधिक स्वादिष्ट होती. तो वृक्ष सापडताच, पूर्वीच्या वृक्षाची फळं मिळणं बंद होणं, ही खरंतर कृपा, एक संधीच होती, असं त्याच्या लक्षात आलं. ती केवळ संकटाचा बुरखा पांघरून आली होती. मग त्या नवीन फळांचा स्वाद चाखल्यावर अंध साधकाला आपल्या त्या चौघा मित्रांची आठवण झाली. त्यांच्याविषयी त्याच्या मनात करुणा जागृत झाली आणि तो त्यांना भेटण्यासाठी निघाला.

ज्याप्रमाणे गौतम बुद्धांना ज्ञानप्राप्तीनंतर, त्यांच्या सोबत निघालेल्या मित्रांची आठवण झाली होती. जे त्यांच्यासोबत यात्रेसाठी निघाले तर होते, पण यात्रा संपन्न होण्याआधीच त्यांना सोडून परतले होते. मात्र गौतम बुद्धांना ज्ञानप्राप्ती होताच त्या मित्रांविषयी त्यांच्या मनात प्रेम जागृत झालं. त्याचप्रमाणे अंध साधकाच्या मनातही, ‘ही फळं त्यांना खाऊ घालावी, त्यांना इथे घेऊन यावं’ असे विचार येऊ लागले.

अशा प्रकारे तो आनंदानं त्यांचा शोध घेत-घेत मित्रापर्यंत पोहोचला. पण ते अद्याप पूर्वीप्रमाणेच विचार करत होते. अंध साधकानं त्यांना विनंती केली, ‘हे फळ

खाऊन पाहा, अतिशय स्वादिष्ट आहे. किंबहुना हे आधीच्या फळांपेक्षाही गोड आहे.' परंतु ते आपल्याच म्हणण्यावर अडून बसले आणि म्हणाले, 'आम्ही ते अजिबात खाणार नाही, तू आम्हाला फसवत का आहेस?'

आता अंध साधकाला जीवनाचं आणखी एक रहस्य ज्ञात झालं, प्रत्येक घटनेत एक भेट दडलेली असते. प्रत्येक घटना तिच्या कुशीत दडलेली भेटवस्तू देण्यासाठीच आलेली असते. समस्या निर्माण करण्यासाठी किंवा मनुष्याला त्रास देण्यासाठी नव्हे. त्यानंतर तो स्वतःचा शोध सुरूच ठेवतो आणि कुठल्याही परिवर्तनासाठी, बदलासाठी सदैव सज्ज राहतो.

आता तो फळं खाऊन सुदृढ बनला आणि पुन्हा एकदा आनंदानं जीवन व्यतीत करू लागला. जुन्या चुकांची पुनरावृत्ती करता कामा नये, ही बाब त्याला योग्य प्रकारे समजली होती. त्यामुळे फळं खाऊन पोट भरल्यावर तो रिकाम्या वेळेत फिरून नवीन वृक्षांचा शोध घेत असे. अशा प्रकारे, समस्या निर्माण होण्यापूर्वीच जागृत झाल्याने आपण समस्येच्या जाळ्यातून सुरक्षितपणे बाहेर पडतो. अन्यथा आयुष्यभर मायेच्या त्रासापोटी भरकटत राहतो. त्यामुळे संकट येण्यापूर्वीच त्याला तोंड देण्याची तयारी करायला हवी. तहान लागल्यानंतर विहीर खणता कामा नये! हे रहस्य त्याला समजलं होतं.

कथा ९

कल्पनामुक्तीचं रहस्य आणि परिवर्तनाचा नियम

तुम्ही कधी दोन गोड पदार्थ चाखून पाहिलेत? त्या दोन्ही गोड पदार्थांची चव एकसारखीच असते का? उदाहरणार्थ, बर्फी आणि आंबा या दोन्हींची चव गोड असली तरी, त्या गोडीत बराच फरक असतो, हे तुम्हाला ठाऊक आहे. आंबा चाखल्यावर तो गोड लागतो आणि बर्फी खाल्ल्यानंतर तीदेखील गोडच लागते. परंतु, एखाद्याला जर केवळ आंब्याचीच चव ठाऊक असेल, कारण पूर्वी त्यानं कधीही बर्फी खाल्लेली नसेल. त्याला जर तुम्ही सांगितलं, 'ही बर्फी खाऊन बघ, किती गोड आहे!' तेव्हा तो साहजिकच बर्फीचा आस्वाद घेण्यापूर्वी तिची चव आंब्याच्या गोडीप्रमाणे असल्याची कल्पना करतो. परंतु त्या दोन्ही चवींमध्ये किती फरक आहे, हे तुम्ही जाणता. त्या चार अंधांचीही तीच गत झाली होती, ते अजूनही जुन्या जगाच्या कल्पनेत रममाण होते.

याचाच अर्थ, मनुष्याचं मन एखाद्या गोष्टीविषयी ऐकून त्याविषयी काही कल्पना करू लागतं. त्याची ही कल्पना, यापूर्वी ऐकलेल्या, अनुभवलेल्या गोष्टींवर आधारित असते. मग तो त्या कल्पनेत आजच्या घटनेची तुलना जुन्या घटनेशी करू लागतो. अशा प्रकारे सतत तुलना करणाऱ्या मनालाच 'तुलनात्मक मन' असं म्हटलं गेलंय. हे तुलनात्मक मन कोणत्याही घटनेकडे दोन वेगवेगळ्या दृष्टिकोनातून पाहत असतं.

अमुक काम चांगलं झालं... तमुक कामाची पद्धत वाईट होती... इत्यादी. हेच मन समस्येला निमंत्रण देण्यासाठी कारणीभूत ठरतं.

कहाणीमध्ये पुढे तो अंध साधक, जीवनाचा अनुभव घेत, जीवनाचं प्रत्येक रहस्य आणि नियम समजून घेत होता. खरंतर त्यामुळेच तो अतिशय आनंदात होता.

तो नवीन वृक्षाच्या छायेत आनंदानं जीवन व्यतीत करू लागला. आता तो जीवनाचा एकेक पैलू अनुभवानं उलगडत होता. मग एके दिवशी त्यानं फळांच्या अपेक्षेनं जेव्हा वृक्ष हलवला, तेव्हा तो पूर्वीपेक्षा हलका झाल्याचं त्याला जाणवलं. परंतु अशा गोष्टींचा त्यानं आधीच विचार केला असल्यानं तो त्या चौघांसारखा अश्रू ढाळत बसला नाही. जंगलामध्ये जीवन व्यतीत करत असताना, स्वतःसोबत अधिक वेळ राहिल्याने जीवनाविषयी मनन करण्याची अनमोल संधी त्याला मिळाली होती. त्यामुळेच परिवर्तन, बदल हा जीवनाचा अविभाज्य भाग असून, तो निसर्गनियम असल्याचं त्याला पूर्णपणे उमगलं होतं. या जगात प्रत्येक गोष्टीत परिवर्तन होतं. जो या परिवर्तनाचा स्वीकार करतो, तो सदैव आनंदी असतो. याउलट, ज्याला या परिवर्तनाचा, बदलांचा स्वीकार करता येत नाही, तो नेहमी दुःखात असतो. पण 'यातही बदल घडेल,' हा निसर्गाचा मंत्र त्या अंध साधकाच्या लक्षात आला होता. वास्तविक हाच जगातील कधीही न बदलणारा मंत्र (नियम) आहे.

तुमच्या जीवनातील परिस्थितीदेखील याच नियमानुसार बदलते का? ही वस्तु-स्थिती तुम्ही या नियमाच्या रूपानं समजून घ्यायला हवी. तुमच्यासमोर एखादी समस्या निर्माण झाल्यास 'यातही बदल घडेल' हा मंत्र वारंवार म्हणा. याक्षणी तुमच्यासमोर जी समस्या आहे, ती एका वर्षानंतरही तशीच राहणार आहे का? यावरही मनन करा. त्यासाठी एक प्रयोग करून पाहूया.

तुम्ही तुमच्या समस्या एका कागदावर लिहून तो कागद एखाद्या डबीत ठेवून ती बंद करा. मग वर्षभरानं पुन्हा ती डबी उघडून त्या समस्येविषयी वाचलंत, तर काय आढळेल? ती समस्या तशीच राहते, की त्यात काही बदल झाला होतो? नक्कीच त्या समस्येत (घटनेत) बदल झालेला आढळेल! हीच गोष्ट इतर घटनांनाही लागू पडते. कदाचित काही समस्या अजूनही तशाच असल्या, तरी आयुष्यभर त्या तशाच राहतील का? नाही. कारण प्रत्येक समस्येला अंत हा असतोच. काही समस्या लवकर सुटतात तर काही उशिरा! पण प्रत्येक गोष्टीत बदल होतो हे निश्चित. म्हणूनच यापुढे कोणतीही समस्या आली तरी एक मंत्र नक्की आठवा. तो म्हणजे, 'यातही बदल घडेल.'

कथा १०

निमित्त रहस्य

त्या मायावी जंगलात तो अंध साधक निरनिराळ्या फळांचा आस्वाद घेत राहिला. मग एके दिवशी नव्या वृक्षाच्या शोधार्थ हिंडत असताना तो एका नवीन मार्गावर येऊन पोहोचला. तो राजमार्ग म्हणून ओळखला जात होता. शिवाय या राजमार्गावरूनच लोकांना त्या मायावी जंगलाबाहेर पडता यायचं.

त्या अंध साधकाला राजमार्गावरील प्रवासात एक हॉस्पिटल दिसलं. या हॉस्पिटलमध्ये दृष्टिहीन रुग्णांवर उपचार करून त्यांना दृष्टी मिळवून दिली जायची. तो लगेचच तिथे दाखल झाला. तिथं त्याच्या डोळ्यांवर योग्य उपचार झाले आणि त्याला दृष्टी प्राप्त झाली. त्यामुळे तो अतिशय आनंदात होता.

आता, त्याला सर्वप्रथम राजमार्गावरचं ते हॉस्पिटल पाहण्याची इच्छा होती. कारण तिथे झालेल्या उपचारांमुळेच त्याला ईश्वरानं निर्माण केलेलं हे अद्‌भुत जग पाहण्याची संधी मिळाली होती. शिवाय तो आता मायावी जंगलाच्या मोहपाशातून बाहेरही पडला होता.

वास्तविक, एखाद्या रुग्णाला दृष्टी मिळाल्यानंतर, स्वतःवर यशस्वी उपचार करणारं हॉस्पिटल सर्वप्रथम पाहण्याची इच्छा होते. आजवर असं कधीच घडलेलं

आढळत नाही. उलट बहुतेक लोकांना हॉस्पिटलमधून बाहेर पडण्याचीच घाई झालेली असते. मात्र, त्या अंध साधकाला आपल्या जीवनाला जिथे नवी दिशा गवसली, ते स्थानच अत्यंत महत्त्वाचं वाटत होतं.

तो अंध साधक आता एक जागृत, सजग साधक झाला होता. परंतु अद्याप त्याचा शोध संपलेला नव्हता. तर, 'इथं सर्वजण आनंदानं कसं जगतायत... या जागेत विशेष असं काय असावं?' हे जाणून घेण्याची त्याची उत्सुकता शिगेला पोहोचली होती. तिथं राहणारे सर्वजण केवळ आनंदातच नव्हे तर संकटाच्या वेळी, समस्याग्रस्त असतानाही मनमुराद हसत होते. इतकंच काय पण अगदी लंगडे, पांगळे, बहिरे लोकही तिथं आरामात, हसत-खेळत जीवन जगत होते. मग यांना कुठल्याच समस्या नाहीत का? असा प्रश्न त्याला पडला किंवा त्यांना समस्येवर मात करण्याचं एखादं अनोखं रहस्य ज्ञात असावं, असंही क्षणभर त्याला वाटलं. अन्यथा मनुष्याला प्रत्येक क्षण आनंदात जगणं कसं शक्य होईल? त्याच्यासमोर अनेक प्रकारच्या समस्या असतानाही तो हसत-खेळत जीवन कसं जगू शकेल बरं? तो सदैव आनंदी कसा राहू शकेल? असे अनेक प्रश्न त्याच्या मनामध्ये निर्माण होऊ लागले.

मग या प्रश्नांची उत्तर मिळवण्यासाठी त्यानं आतुरतेनं हॉस्पिटलच्या रखवालदाराला या सर्वांमागचं रहस्य विचारलं. तेव्हा रखवालदारानं त्याला एक गमतीशीर बाब सांगितली. तो म्हणाला, 'आम्हाला एखादी समस्या आली, काही त्रास होऊ लागला तर आम्ही मनसोक्त हसतो.' हे ऐकल्यावर साधकाला खूपच आश्चर्य वाटलं. हा कसला उपाय? परंतु जसजसा तो राजमार्गावर फिरून तिथल्या वातावरणाशी समरस होऊ लागला, तसतसं त्याला त्या म्हणण्यातला गर्भितार्थ समजू लागला.

आता, त्याची राजमार्गाची विशेषता जाणून घेण्याची उत्सुकता अधिकच ताणली गेली. तितक्यात त्याला एक सुंदर आश्रम दिसला. तिथं सर्वत्र मंद-मंद गार वारा वाहत होता. तेथील आश्रमाच्या महाद्वारावर पाटी होती, 'महाजीवन दर्शन'. पुढे आश्रमात प्रवेश करताच, दोन्ही बाजूंना गुरुजींची वाणी कोरलेले काही शिलालेख लावण्यात आले होते. ते त्या साधकानं काळजीपूर्वक वाचले.

तसंच, प्रवेशद्वारावर लिहिलेलं, 'महाजीवन दर्शन' म्हणजे नेमकं काय असावं, याविषयी तो विचार करू लागला. त्यासाठी त्यानं आश्रमाचं सदस्यत्वही घेतलं. आत गेल्यावर त्यानं पाहिलं, तिथे सर्वजण आनंदात सेवेत मग्न होते.

अचानक, त्या साधकाला काही चिरपरिचित आवाज ऐकू आला. तो आवाज,

त्याच्याआधीच पुढच्या प्रवासाला निघालेल्या त्या पाच मित्रांचा होता. त्यांना आपली ओळख पटवून देताच, त्याला अतिशय आनंद झाला. काही जुजबी गप्पा झाल्यावर त्यानं आपली शंका विचारली, 'महाजीवनाचा अर्थ काय?' तेव्हा त्यांनी साधकाला सांगितलं, 'महाजीवन म्हणजे जीवन आणि मृत्यू या दोन्हीपलीकडचं जीवन होय.'

हे ऐकताच भारावून गेलेल्या साधकानं पुन्हा त्यांना विचारलं, 'इतक्या उच्चस्तरावरचं ज्ञान तुम्हाला कोणी दिलं?' तेव्हा त्या मित्रांनी त्याला आपल्या गुरूंविषयी सांगितलं. त्यानंतर त्याच्याही मनात गुरूंना भेटण्याची तीव्र इच्छा जागृत झाली.

आता तोदेखील गुरूंना भेटला, त्यांचे आशीर्वाद घेतले. गुरुजींनी सर्वप्रथम त्याला शिबीर करण्यास सांगितलं. शिवाय जीवनाची काही महान रहस्यंदेखील समजून सांगितली. गुरूंच्या सहज, सोप्या, रसाळ वाणीनं तो जणू संमोहित झाला. आता त्याला समजलं, कोणत्याही समस्या अशा नष्ट होत नाहीत तर गुरूंची वाणी ऐकल्याने सत्य श्रवण केल्याने, त्या आपोआप विलीन होऊ लागतात. तसंच, सत्यश्रवण करणं हाच सत्यप्राप्तीचा योग्य मार्ग आहे, हेही त्याच्या लक्षात आलं. 'अरेच्च्या, इथं तर मनुष्याला काहीही करायचं नसतं, ना जप-तप, ना मंत्र-तंत्र, ना कोणता विधी, ना कोणतं कर्मकांड! करायचं असतं ते केवळ श्रवण!' त्यामुळेच श्रवणाचा मार्ग हा राजमार्ग समजला जातो. या मार्गावर वाटचाल सुरू केल्यानंतरच जीवनाचं पाचवं आणि सर्वांत महत्त्वपूर्ण रहस्य मनुष्याला समजतं.

योग्य समज प्राप्त झाल्यानंतर तो अतिशय कृतकृत्य झाला, त्याचं जीवन म्हणजे जणू 'महाधन्यवाद' बनलं! त्यानंतर गुरूंनी लिहिलेल्या काही पुस्तकांचं पठण करताना त्यातील काही शब्दांनी त्याचं लक्ष वेधलं. 'निमित्त बना, निमित्त बनवा,' हे शब्द त्याच्यासाठी प्रेरणादायी ठरले आणि ते त्याच्या जीवनाचं ध्येयही बनलं.

या ध्येयपूर्तीच्या निमित्तानं तो जंगलात जाऊन पुन्हा आपल्या जुन्या चार मित्रांचा शोध घेऊ लागला. खरंतर त्यांनाही या राजमार्गावर आणण्याची त्याची मनापासून इच्छा होती. परंतु एव्हाना बराच कालावधी लोटल्याने त्यांच्या चिता आता जळून राख झाल्या होत्या. हे पाहताच त्याला गुरूंच्या शब्दांचं स्मरण झालं, 'चिंतेमुळेच मनुष्य चितेपर्यंत पोहोचतो. मात्र चिंतनाच्या पुलापर्यंत तो पोहोचू शकत नाही.'

त्यानंतर साधकानं निर्णय घेतला, 'यापुढे माझं संपूर्ण जीवन मी विश्वामध्ये सत्याच्या (ज्ञानाच्या) प्रचार-प्रसारासाठी उपयोगात आणेन. तसंच, बहुतेक लोक जे जीवनाच्या अंतापर्यंत या राजमार्गापर्यंत पोहोचू शकत नाहीत, त्यांना इथवर आणून,

ज्ञान मिळवून देण्यासाठी मी निमित्त बनेन. माझ्या चार मित्रांचं जे झालं, ते इतरांचं होऊ देणार नाही.' अशा विचारांनी त्या सत्यशोधकानं सर्वांसाठी निमित्त बनण्याचा आणि सत्याची अभिव्यक्ती करण्याचा दृढनिश्चय केला.

'महान'कडून १० छोटी रहस्यं जाणून घेतल्यावर तो अतिथी म्हणाला, 'वास्तविक, ही रहस्यं सर्वांसाठीच उपयुक्त आहेत. मी दैनंदिन जीवनामध्ये यांचा उपयोग केला, तर निश्चितच माझं जीवन सहज, सुखद व सुंदर बनेल.'

अतिथीला खुश झालेलं पाहून 'महान' हसून म्हणाला, 'पाहा बरं, झाली की नाही तुझी सर्व दुःखं छूमंतर...!'

'होय महान, खरंच! ही रहस्यं तर सर्वांना ज्ञात असायलाच हवीत, जेणेकरून सर्वांचं जीवन आनंदमय होईल.'

महान आपल्या अतिथीकडे पाहून मंद स्मित करत म्हणाला, 'हो, त्यासाठी तू निमित्त बनण्याचं रहस्य उपयोगात आणू शकतोस.'

'हो तर, नक्कीच! मी हे कार्य अवश्य करेन.'

'मग याची सुरुवात तू आजपासूनच कर. तू तुझ्या डायरीत जे काही लिहून घेतलंस, ते दैनंदिन जीवनात अंगीकारलं तर तुझं जीवन प्रकाशानं उजळू लागेल. तेव्हाच तू खऱ्या अर्थानं इतरांसाठी निमित्त बनू शकशील.'

'होय. आपल्या अमूल्य मार्गदर्शनासाठी शतशः धन्यवाद! आपण खरोखर नावाप्रमाणेच 'महान' आहात!'

◻ ◻ ◻

हे पुस्तक वाचल्यानंतर आपला अभिप्राय कृपया या पत्त्यावर अवश्य पाठवा.
Tej Gyan Global Foundation,
Pimpri Colony Post Office, P.O.Box 25, Pune-411017. Maharashtra (India).

परिशिष्ट

'सरश्रीं'द्वारे रचित इतर पुस्तकं

कसं प्राप्त कराल
ईश्वराचं मार्गदर्शन

Also available in Hindi

पृष्ठसंख्या : १६० | मूल्य : ₹ १५०

ईश्वर विविध माध्यमांद्वारे आपल्याला सतत मार्गदर्शन देत असतो. पण चुकीच्या धारणांमुळे, अज्ञानामुळे आपण ते समजू शकत नाही. परिणामी अमूल्य संदेशापासून वंचित राहून आपण आयुष्यभर दुःखच झेलत बसतो... ईश्वराची साथ सदैव आपल्या सोबत असते. इतकंच नव्हे, तर तो सतत आपल्या अंतरंगात विराजमान असतो. सुखात आणि दुःखातही त्याची उपस्थिती कायमच असते. मग तरीही आपण या दिव्य मार्गदर्शनापासून वंचित का राहतो? कारण ईश्वराचं मार्गदर्शन कसं प्राप्त करावं, याबाबतीत आपण अनभिज्ञ असतो.

आयुष्याच्या प्रत्येक टप्प्यावर समृद्ध, ज्ञानसंपन्न आणि उन्नत बनण्यासाठी, तसेच जीवनाचा अर्थ जाणण्यासाठी हे पुस्तक तुम्हाला नक्कीच मदत करेल. मग तुम्हीही ईश्वराला म्हणाल, 'जेथे जातो तेथे तू माझा सांगाती.'

ध्यान नियम
ध्यान करण्याचे सुलभ उपाय

Also available in Hindi

पृष्ठसंख्या : १७६ | मूल्य : ₹ १५०

विचारांना दिशा देऊन परमशांतीचा अनुभव घेण्यासाठी आवश्यक असणारा विधी म्हणजे 'ध्यान'! कित्येक लोकांच्या मनात ध्यानाबाबत अनेक गैरसमज असतात. मग ध्यान कधी 'व्यवधान' बनतं, हे लक्षातच येत नाही. प्रस्तुत पुस्तक म्हणजे वाचकांना ध्यानाबाबत सखोल मार्गदर्शन करणारं ज्ञानामृतच! कारण यात समाविष्ट आहेत, ध्यानाशी निगडीत एकूण ९० भाग. प्रत्येक भागात वाचकाला ध्यानाबाबत नवीन दृष्टिकोन प्राप्त होतो. शिवाय, तो नकारात्मक विचारांतून मुक्त होऊन मनःशांती आणि आत्म शक्तीची दौलत प्राप्त करतो. मग त्याची समाधी अवस्थेकडे यात्रा सुरू होते.

याव्यतिरिक्त प्रस्तुत पुस्तकात वाचा- *ध्यानाचा खरा अर्थ * इंद्रियांना प्रशिक्षित कसं करावं * ध्यानाबाबतचे गैरसमज * ध्यानाचे मुख्य ६ लाभ * ध्यानासाठी योग्य मुद्रा, स्थान, आसन * विचारांपासून अलिप्त होण्याची कला * नकारात्मक भावनांतून मुक्ती * निर्विचार अवस्था प्राप्त करण्याचं रहस्य * विविध ध्यानविधी * ध्यानाविषयी सखोल मार्गदर्शन करणारे एकूण ९० भाग

अंतर्मनाच्या शक्तीपलीकडील आत्मबळ

Also available in Hindi

पृष्ठसंख्या : १४४ | मूल्य : ₹ १४०

अंतर्मनाच्या शक्तीमागे कोणते आत्मबळ कार्यरत असते, याचा उलगडा प्रस्तुत पुस्कात करण्यात आला आहे. या पुस्तकामुळे तुम्हाला आरोग्य, ज्ञान, शांती, कला, कौशल्य आणि समृद्धी प्राप्त करण्याचे रहस्य तर उमगेलच; पण त्याहीपलीकडे गवसेल, आत्मबळाचे वरदान!

याशिवाय प्रस्तुत पुस्तकात समाविष्ट आहे :

*अंतर्मनाला कसे आणि का प्रशिक्षित करावे?

*अंतर्मनापलीकडे असुणाऱ्या, आत्मबळ प्रदान करतील अशा पाच शक्ती

*आत्मबळाच्या आधारे अशक्यप्राय ध्येय पूर्ण कसे करावे?

*भावना कशा हाताळाव्यात?

*ऊर्जा एकाग्रित कशी करावी?

*स्वयंशिस्त, धैर्य आणि सहनशीलता आत्मसात कशी करावी?

थोडक्यात, या पुस्तकात सामावले आहे अंतर्मनाच्या शक्तीने सामर्थ्यशाली बनण्याचे रहस्य. तेव्हा समृद्ध जीवनाचा शुभारंभ करा... आज... आता... या क्षणी!

एक अल्प परिचय
सरश्री

स्वीकार मंत्र मुद्रा

सरश्रींचा आध्यात्मिक शोध त्यांच्या बालपणापासूनच सुरू झाला होता. हा शोध सुरू असताना त्यांनी अनेक प्रकारच्या पुस्तकांचा अभ्यास केला. त्याचबरोबर आपल्या आध्यात्मिक शोधात मग्न राहून त्यांनी अनेक ध्यानपद्धतींचा अभ्यास केला. त्यांच्या या शोधाने त्यांना अनेक वैचारिक आणि शैक्षणिक संस्थांमध्ये जाण्यासाठी प्रेरित केले.

सत्यप्राप्तीच्या शोधासाठी जास्तीत-जास्त वेळ देता यावा, या तीव्र इच्छेने त्यांना, ते करत असलेले अध्यापनाचे कार्य त्याग करण्यास प्रवृत्त केले. जीवनाचे रहस्य समजण्यासाठी त्यांनी बराच काळ मनन करून आपले शोधकार्य सतत सुरू ठेवले. या शोधाच्या शेवटी त्यांना 'आत्मबोध' प्राप्त झाला. आत्मसाक्षात्कारानंतर त्यांना जाणवले, की सत्यापर्यंत पोहोचण्याच्या प्रत्येक मार्गांत एकच सुटलेली कडी (मिसिंग लिंक) आहे आणि ती म्हणजे 'समज' (Understanding).

सरश्री म्हणतात, 'सत्यप्राप्तीच्या सर्व मार्गांचा आरंभ वेगवेगळ्या प्रकारे होतो, परंतु सर्वांचा शेवट मात्र 'समजे'ने होतो. ही 'समज'च सर्व काही असून, ती स्वतःच परिपूर्ण आहे. आध्यात्मिक ज्ञान प्राप्तीकरिता या 'समजे'चे श्रवणसुद्धा पुरेसे आहे' हीच 'समज' प्रदान करण्यासाठी सरश्रींनी 'तेजज्ञानाची' निर्मिती केली. तेजज्ञान ही आत्मविकासातून आत्मसाक्षात्कार प्राप्त करण्याची संपूर्ण ज्ञानप्रणाली आहे.

सरश्रींनी अडीच हजारांहून अधिक प्रवचन दिले आहेत आणि शंभरपेक्षा जास्त पुस्तकांची रचना केली आहे. ही पुस्तके दहापेक्षा अधिक भाषांमध्ये रूपांतरित केली गेली असून, पेंगुइन बुक्स, हे हाऊस पब्लिशर्स, जैको बुक्स, हिंद पॉकेट बुक्स, मंजुल पब्लिशिंग हाऊस, प्रभात प्रकाशन, राजपाल ॲण्ड सन्स इत्यादी प्रमुख प्रकाशन संस्थांद्वारा प्रकाशित केली गेली आहेत. सरश्रींच्या शिकवणीने लाखो लोकांच्या जीवनात परिवर्तन घडलं आहे. तसेच संपूर्ण विश्वाची चेतना वाढविण्यासाठी कित्येक सामाजिक कार्यांची सुरुवातही केली आहे.

तेजज्ञान फाउंडेशन परिचय

तेजज्ञान फाउंडेशन आत्मविकासातून आत्मसाक्षात्कार प्राप्त करण्याचा एक मार्ग आहे. यासाठी सरश्रींद्वारा एक अनोखी बोधप्रणाली (System for Wisdom) निर्माण झाली आहे. या प्रणालीला आंतरराष्ट्रीय प्रमाणपत्राद्वारे ISO 9001:2015च्या आवश्यकतेनुसार आणि निकष पडताळून सरळ, व्यावहारिक आणि प्रभावी बनवलं गेलं आहे.

या संस्थेच्या प्रबोधनपद्धतीच्या भिन्न पैलूंना (शिक्षण, निरीक्षण आणि गुणवत्ता) स्वतंत्र गुणवत्ता परीक्षकांद्वारे (Quality Auditors) क्रमबद्ध पद्धतीने पडताळलं गेलं. त्यानंतर या पैलूंना ISO 9001:2015 साठी पात्र समजून या बोधपद्धतीला हे प्रमाणपत्र प्रदान करण्यात आलं.

या फाउंडेशनचे लक्ष्य आहे नकारात्मक विचारांकडून सकारात्मक विचारांकडे वाटचाल. सकारात्मक विचारांकडून शुभ विचारांकडे म्हणजे हॅपी थॉट्सकडे प्रगती. शुभ विचारांकडून निर्विचार अवस्थेकडे मार्गक्रमण आणि निर्विचार अवस्थेच्या अंती आत्मसाक्षात्कार प्राप्ती. 'मी सर्व विचारांपासून मुक्त व्हावे' हा विचार म्हणजे शुभु विचार (हॅपी थॉट्स). 'मी प्रत्येक इच्छेपासून मुक्त व्हावे', अशी इच्छा म्हणजे शुभ इच्छा.

तेजज्ञान म्हणजे ज्ञान व अज्ञान या दोहोंच्या पलीकडचे ज्ञान. पुष्कळ लोक सामान्य ज्ञानाच्या (General Knowledge) माहितीलाच ज्ञान मानतात. परंतु अस्सल ज्ञान आणि नुसती माहिती यांत फार मोठे अंतर आहे. आजमितीला लोक सामान्य ज्ञानाच्या उत्तरांनाच जास्त महत्त्व देतात. अशा ज्ञानाचे विषय म्हणजे कर्म आणि भाग्य, योग आणि प्राणायाम, स्वर्ग आणि नरक इत्यादी. आजच्या युगात सामान्यज्ञान प्राप्त करणारे लोक, शिक्षक मोठ्या प्रमाणावर आहेत; परंतु हे ज्ञान ऐकून जीवनात परिवर्तन घडून येत नाही. असे ज्ञान म्हणजे केवळ बुद्धिविलास आहे किंवा अध्यात्माच्या नावावर चाललेला बुद्धीचा व्यायाम आहे.

सर्व समस्यांवरील उपाय आहे तेजज्ञान. क्रोध, चिंता आणि भय यांपासून मुक्त जीवन म्हणजे तेजज्ञान. शारीरिक, मानसिक, सामाजिक, आर्थिक आणि आध्यात्मिक प्रगतीचा, सर्वांगीण प्रगतीचा मार्ग आहे तेजज्ञान. तेजज्ञान आपल्या अंतरंगात आहे. येथे या आणि या गोष्टीचा अनुभव घ्या.

आपल्याला असे ज्ञान हवे आहे, की जे सामान्य ज्ञानापलीकडे आहे, जे प्रत्येक

समस्येवरील उत्तर आहे, जे प्रत्येक समजुतीपासून, गृहीत धारणांपासून आपल्याला मुक्त करते, ईश्वरी साक्षात्कार घडविते, अंतिम सत्यात स्थापित करते. आता वेळ आली आहे शाब्दिक, सामान्यज्ञानातून बाहेर येऊन तेजज्ञानाचा अनुभव घेण्याची!

आजवर जप-तप, तंत्र-मंत्र, कर्म-भाग्य, ध्यान-ज्ञान, योग-भक्ती असे अनेक मार्ग अध्यात्मात सांगितले आहेत. या सर्व मार्गांनी प्राप्त होणारी अंतिम समज, अंतिम ज्ञान, बोध एकच आहे. अंतिम सत्याच्या शोधकाला, साधकाला शेवटी जी एकच 'समज' प्राप्त होते, ती 'समज' श्रवणानेसुद्धा प्राप्त होऊ शकते. अशा समजप्राप्तीसाठी श्रवण करणे यालाच तेजज्ञान प्राप्त करणे म्हटले गेले आहे. तेजज्ञानाच्या श्रवणाने सत्याचा साक्षात्कार घडतो, ईश्वरीय अनुभव मिळतो. हेच तेजज्ञान सरश्री महाआसमानी शिबिरात प्रदान करतात.

महाआसमानी परमज्ञान
शिबिर परिचय आणि लाभ (निवासी)

तुम्हाला सर्वोच्च आनंद हवाय? असा आनंद, जो कोणत्याही बाह्य कारणावर अवलंबून नाही... जो प्रत्येक क्षणी वृद्धिंगत होतो. या जीवनात तुम्हाला प्रेम, विश्वास, शांती, समृद्धी आणि परमसंतुष्टी हवी आहे का? शारीरिक, मानसिक, सामाजिक, आर्थिक आणि आध्यात्मिक अशा आयुष्याच्या सर्व स्तरांवर यशस्वी होण्याची तुमची इच्छा आहे का? 'मी कोण आहे' हे तुम्हाला अनुभवाने जाणावंसं वाटतं का?

तुमच्या अंतर्यामी अशा सर्व प्रश्नांची उत्तरं जाणण्याची इच्छा आणि 'अंतिम सत्य' प्राप्त करण्याची तृष्णा असेल, तर तेजज्ञान फाउंडेशनतर्फे आयोजित 'महाआसमानी शिबिरा'त तुमचं स्वागत आहे. हे शिबिर सरश्रींच्या मार्गदर्शनावर आधारित आहे. सरश्री, आजच्या युगातील आध्यात्मिक गुरू असून, ते आजच्या लोकभाषेत अत्यंत सहजपणे आध्यात्मिक समज प्रदान करतात.

महाआसमानी शिबिराचा उद्देश :

विश्वातील प्रत्येक मनुष्यानं 'मी कोण आहे', या प्रश्नाचं उत्तर जाणून तो सर्वोच्च आनंदाच्या अवस्थेत स्थापित व्हावा, हाच या शिबिराचा मुख्य उद्देश आहे. प्रत्येकाला असं ज्ञान प्राप्त व्हावं, जेणेकरून त्यानं प्रत्येक क्षणी वर्तमानात जगण्याची कला आत्मसात करावी. तो भूतकाळाचं ओझं आणि भविष्याची चिंता यांतून मुक्त व्हावा. प्रत्येकाच्या

आयुष्यात कधीही न संपणारा आनंद आणि योग्य समज यावी. शिवाय, प्रत्येकानं समस्या विलीन करण्याची कला आत्मसात करावी. थोडक्यात, मनुष्यजन्माचा उद्देश सफल व्हावा, हाच या शिबिराचा उद्देश आहे.

'मी कोण आहे? मी येथे का आहे? मोक्ष म्हणजे काय? या जन्मातच मोक्षप्राप्ती शक्य आहे का?' असे प्रश्न जर तुमच्या मनात असतील, तर त्यांवरील उत्तर आहे– 'महाआसमानी शिबिर'.

महाआसमानी शिबिराचे मुख्य लाभ :

वास्तविक या शिबिराचे लाभ तर असंख्य आहेत; पण त्यांपैकी मुख्य लाभ पुढीलप्रमाणे–

* जीवनात शक्तिशाली ध्येय निश्चित होतं
* 'मी कोण आहे' हे अनुभवाने जाणता येतं (सेल्फ रियलायजेशन)
* मनाचे सर्व विकार विलीन होतात.
* भय, चिंता, क्रोध, बोरडम, मोह, तणाव या नकारात्मक बाबींतून मुक्ती
* प्रेम, आनंद, मौन, समृद्धी, संतुष्टी, विश्वास अशा दिव्य गुणांशी युक्ती
* साधं, सरळ पण शक्तिशाली जीवन जगता येतं
* प्रत्येक समस्येचं निराकरण करण्याची कला प्राप्त होते
* 'प्रत्येक क्षणी वर्तमानात जगणं' हा तुमचा स्वभाव बनतो
* आपल्यातील सर्व सकारात्मक शक्यता खुलतात
* याच जीवनात मोक्षप्राप्ती होते

महाआसमानी शिबिरात सहभागी कसं व्हाल?

या शिबिरात सहभागी होण्यासाठी तुम्हाला खालील बाबींची पूर्तता करायची आहे–

१. तुमचं वय कमीत कमी अठरा किंवा त्यापेक्षा अधिक असायला हवं.

२. सर्वप्रथम तुम्हाला 'सत्य-स्थापना' (फाउंडेशन ट्रुथ रिट्रीट) शिबिरात सहभागी व्हावं लागेल. या शिबिरात, तुम्ही प्रामुख्यानं दोन बाबी शिकाल– प्रत्येक क्षणी वर्तमानात जगण्याची कला कशी आत्मसात करावी आणि निर्विचार अवस्था कशी प्राप्त करावी.

३. प्राथमिक स्तरावर तुम्हाला काही प्रवचनं ऐकायची असून, त्यांतून तुम्ही मूलभूत

समज आत्मसात कराल आणि महाआसमानी शिबिरात प्रवेश करण्यासाठी तयार व्हाल.

महाआसमानी शिबिर वर्षभरात चार-पाच वेळा आयोजित केलं जातं. यात हजारो सत्यशोधक सहभागी होतात. महाआसमानी शिबिराची पूर्वतयारी तुम्ही तेजज्ञान फाउंडेशनच्या नजीकच्या सेंटरवरही करू शकता. महाराष्ट्रात अहमदनगर, सातारा, औरंगाबाद, नाशिक, नागपूर, वर्धा, अमरावती, चंद्रपूर, यवतमाळ, कोल्हापूर, सांगली, रत्नागिरी, लातूर, बीड, नांदेड, परभणी, पनवेल, मुंबई, ठाणे, सोलापूर, पंढरपूर, जळगाव, अकोला, बुलढाणा, धुळे, भुसावळ आणि महाराष्ट्राबाहेर सुरत, अहमदाबाद, बडोदा, नवी दिल्ली, बेंगलुरू, बेळगाव, धारवाड, रायपूर, भुवनेश्वर, कोलकाता, रांची, लखनौ, कानपूर, चंदीगढ, जयपूर, चेन्नई, पणजी, म्हापसा, भोपाळ, इंदोर, इटारसी, हर्दा, विदिशा, बुऱ्हाणपूर या ठिकाणी महाआसमानी शिबिराची पूर्वतयारी करू शकता.

तेजज्ञान फाउंडेशनमध्ये उपलब्ध असणाऱ्या सरश्रीलिखित पुस्तकांचं वाचन करून किंवा सरश्रींच्या प्रवचनांच्या सीडीज ऐकूनही तुम्ही या शिबिराची पूर्वतयारी करू शकता. याशिवाय, तुम्ही टीव्ही, रेडिओ किंवा यू ट्युबवरील सरश्रींच्या प्रवचनांचा लाभही घेऊ शकता. पण लक्षात घ्या, पुस्तकांतील ज्ञान, सीडी, टीव्ही, रेडिओ आणि यू ट्युबवरील प्रवचनं म्हणजे 'तेजज्ञानाची तोंडओळख' आहे; 'संपूर्ण तेजज्ञान' मुळीच नाही. तुम्ही महाआसमानी शिबिरात सहभागी होऊनच तेजज्ञानाचा आनंद घेऊ शकता. तेव्हा आगामी महाआसमानी शिबिरात सहभागी होण्यासाठी आजच संपर्क करा- 09921008060/75, 9011013208

महाआसमानी शिबिरस्थान :

हे शिबिर पुण्यातील मनन आश्रम येथे आयोजित केलं जातं. येथे तुमच्या निवासाची आणि भोजनाची व्यवस्था केली जाते. तुम्हाला काही शारीरिक व्याधी असतील आणि त्यासाठी जर तुम्ही नियमितपणे औषधं घेत असाल, तर शिबिरात येताना ती सोबत बाळगावीत. शिवाय, वातावरणानुसार गरम कपडे, स्वेटर, ब्लँकेटही आणावं.

पुणे शहरापासून १७ किलोमीटर अंतरावर अत्यंत निसर्गरम्य परिसरात मनन आश्रम वसलेला आहे. आश्रमात महिला आणि पुरुष यांच्या निवासाची स्वतंत्र व्यवस्था असून येथे जवळपास ८०० लोकांच्या राहण्याची व्यवस्था आहे. आपण हवाईमार्ग, हायवे किंवा रेल्वे अशा कोणत्याही मार्गाने पुण्यात येऊ शकता.

मनन आश्रम : मनन आश्रम, पुणे, सर्व्हे नं. ४३, सणस नगर, नांदोशी गाव, किरकटवाडी फाटा, तालुका- हवेली, जिल्हा- पुणे- ४११०२४. फोन- 09921008060

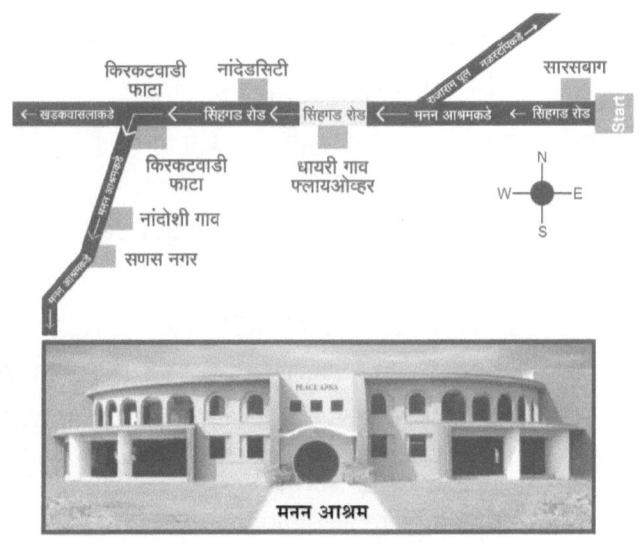

आता एका क्लिकवर शिबिराची नोंदणी!

आता तुम्ही पुढील शिबिरांसाठी **ऑनलाइन** नोंदणी करू शकता.

महाआसमानी परमज्ञान शिबिर परिचय आणि लाभ (५ दिवसीय निवासी शिबिर)

मॅजिक ऑफ अवेकनिंग (केवळ इंग्रजी भाषिकांसाठी ३ दिवसीय महाआसमानी शिबिर)

आध्यात्मिक नींव स्थापना (किशोरवयीन मुलांसाठी मिनी महाआसमानी निवासी शिबिर)

www.tejgyan.org

तेजज्ञान फाउंडेशनच्या मुख्य शाखा

पुणे : (रजिस्टर्ड ऑफिस)
विक्रांत कॉम्प्लेक्स, तपोवन मंदिराजवळ, पिंपरी, पुणे : ४११ ०१७.
फोन : (०२०) २७४१२५७६, २७४११२४०

मनन आश्रम :
सर्व्हे नं. ४३, सणस नगर, नांदोशी गांव,
किरकटवाडी फाटा, तालुका : हवेली,
जि. पुणे: ४११ ०२४. फोन : ०९९२१००८०६०

✻ तेजज्ञान इंटरनेट रेडिओ ✻
तेजज्ञान इंटरनेट रेडिओद्वारे २४ तास ३६५ दिवस, सरश्रींच्या प्रवचन आणि भजनांचा लाभ घ्या. त्यासाठी पाहा लिंक –http://www.tejgyan.org/internetradio.aspx

e-books
The Source • Complete Meditation • Ultimate Purpose of Success • Enlightenment I Inner Magic • Celebrating Relationships • Essence of Devotion • Master of Siddhartha • Self Encounter and many more.
Also available in Hindi at gethappythoughts.org

Free apps
U R Meditation & Tejgyan Internet Radio on all platforms like Android, iPhone, iPad and Amazon

e-magazines
'Yogya Aarogya' & 'Drushtilakshya'
emagazines available on www.magzter.com

e-mail
mail@tejgyan.com

Website
www.tejgyan.org, www.gethappythoughts.org

✻ नम्र निवेदन ✻
विश्वशांतीसाठी लाखो लोक दररोज सकाळी आणि रात्री ९:०९ मिनिटांनी प्रार्थना करत आहेत. कृपया, आपणही यामध्ये सहभागी व्हा.

www.ingramcontent.com/pod-product-compliance
Lightning Source LLC
LaVergne TN
LVHW041843070526
838199LV00045BA/1414